தபுதாராவின் புன்னகை

தபுதாராவின் புன்னகை

தாமரைபாரதி

டிஸ்கவரி பப்ளிகேஷன்ஸ்
எண்: 9, பிளாட் எண்: 1080A, ரோஹிணி பிளாட்ஸ்
முனுசாமி சாலை, கே.கே.நகர் மேற்கு,
சென்னை – 600 078. பேச: 99404 46650

வெளியீட்டு எண்: 0232

தபுதாராவின் புன்னகை (கவிதை)
ஆசிரியர்: தாமரைபாரதி©

Thabudhaaravin Punnagai (Poem)
Author: **Thamarai Bharadhi©**

Print in India
1st Edition: Dec - 2019
2nd Edition: (Discovery Publications) Feb - 2023
ISBN: 978-93-95285-39-1
Pages - 136
Rs.160

Publisher • Sales Rights

Discovery Publications
No. 9, Plot,1080A,
Rohini Flats, Munusamy Salai,
K.K.Nagar West, Chennai - 78.
Tamilnadu, India.
Mobile: +91 99404 46650

Discovery Book Palace (P) Ltd
No. 1055-B, Munusamy Salai,
K.K.Nagar West,
Chennai-600 078.
Ph: (044) 4855 7525
Mobile: +91 87545 07070

discoverybookpalace@gmail.com
WWW.DISCOVERYBOOKPALACE.COM

இந்த நூலில் பிரசுரமாகியுள்ள எந்த ஒரு பகுதியையும் பதிப்பாளரின் எழுத்துபூர்வமான முன்அனுமதி பெறாமல் எடுத்தாள்வதோ, மறுபிரசுரம் செய்வதோ, மொழியாக்கம் செய்வதோ, அச்சு மற்றும் மின்னணு ஊடகங்களில் மறுபதிப்பு செய்வதோ, காப்புரிமைச் சட்டப்படி தடை செய்யப்பட்டுள்ளது. இந்த நூலிலிருந்து குறிப்பிட்ட பகுதிகளை மேற்கோள் காட்டி புத்தக விமர்சனம் செய்ய, ஊடகங்களுக்கு மட்டும் அனுமதி உண்டு.

உங்கள் மொபைல் போனிலிருந்து ஸ்கேன் செய்து டிஸ்கவரி புக் பேலஸின் மொபைல் ஆப்பை டவுன்லோடு செய்து, புத்தகங்களை வாங்குங்கள்.

சமர்ப்பணம்

தன் இறுதிமூச்சு வரை வாசிப்பை
சுவாசமாகக் கொண்டிருந்த எனது தந்தை
'நல்லது' கோ.பெருமாள் அவர்களுக்கு

அணிந்துரை

ஒரு சாமானியன் பார்வையில்...

சத்தமில்லாத கவிதைகள் சாதாரண வரிகள்போல தென்படுகிறது. வார்த்தைகளில் வரிகளில் அலங்காரமில்லை; ஆர்ப்பாட்டமில்லை. ஆனால் ஒவ்வொரு வரியையும் வார்த்தையையும் உள்வாங்கி யோசிக்கும்போது எங்கேயோ... மிக ஆழமான இடத்திற்குக் கொண்டு செல்கிறது. அனுபவித்த உண்மை.

இந்தக் கவிதைகளில், தனிமை, நிராதரவான நிலை, இயற்கையின் வசீகரம், பால்யத்தின் நினைவுகூர்தல், உடல்குறித்த வலி, நவீன வாழ்வின் தவிர்க்க இயலாத நெருக்கடிகள், குடிமைச் சமூகத்தின் தார்மீகக் கோபம் ஆகியவற்றையோ அல்லது இதில் ஏதேனும் ஒன்றையோ தரிசனமாகக் காண்பது மட்டுமல்ல, வேறுபல அறிவுசார் தளங்களுக்கும், வெவ்வேறு கற்பனைகளுக்கும் *(Divergent thinking and Convergent thinking)* இட்டுச் சென்றதும் புதியதோர் அனுபவம்.

கவிதைகளில் உள்ள சொற்கள் அனைத்தும் தேர்ந்தெடுத்து தெரிவு செய்யப்பட்டவை. எண்ணற்ற எளிய சொற்கள் கவிதைகளில் கவித்துவம் பெற்றிருக்கின்றன. அழகிய வரிகள், வரிகளின் உன்னதமான கட்டமைப்பு *Logical Sequence* உடன் கூடிய கவிதைகளின் நீட்சி, வார்த்தைகளில் தொக்கி நிற்கும் உணர்வுகள் வார்த்தைகளில் வெளிப்படும் உணர்ச்சிகள் ரசிக்கும்படி இருக்கின்றன. ஒவ்வொரு வரியையும் வாசித்து, கண்மூடி யோசித்தால் வேறொரு பரிமாணத்திற்கு நம்மை இட்டுச் செல்வது கவிதைகளின் சிறப்பு.

தமிழ் வாசிக்கும் மாணவர்கள், தமிழ் கற்கும், தமிழ் இலக்கியம் படிக்கும் மாணவர்கள், தமிழாய்வு அறிஞர்கள் ஆகியோர் இக்கவிதைத் தொகுப்பை அவசியம் வாசிக்க வேண்டும்.

ஏனெனில், தமிழ் வார்த்தைகளை, தமிழ்ச் சொற்களை எப்படி, எங்கு, எவ்வாறு பாவிக்க வேண்டும்; பயன்படுத்த வேண்டும் என கற்றுக்கொடுக்கும் கவிதைகள் இவை. ஏதோ பொழுதுபோக்காக வாசித்துவிட்டுப்போகும் கவிதைகள் அல்ல இவை. படித்த பின்னும், மேலும் அறிந்துகொள்ள, தேடித்தேடித் தெரிந்துகொள்ள

வேண்டிய கருத்துகளுக்கு பல கவிதைகள் வழிவகுக்கின்றன. தமிழ் இலக்கணம் மட்டுமல்லாது அறிவியிலின் அனைத்துக் கூறுகளையும் குறிப்பாக... தாவரவியல், விலங்கியல், இயற்பியல், வேதியியல், சமூகவியல், பொருளியல், தத்துவவியல், மனோசக்தி, உளவியல் போன்றவை உள்ளடக்கிய கவிதைகள் ஒவ்வொன்றையும் விரிவாக விவரிக்க ஆசை. இருப்பினும் சில இத்தொகுப்பில் பாவித்திருக்கும், பயின்றுவரும் தாவரங்கள், செடிகள், கொடிகள், பூக்கள், மரங்கள், விலங்குகள், பூச்சிகள் (சில்வண்டு, சுவர்க்கோழி) இவைகுறித்து ஆய்வுகள் செய்ய வழி செய்கின்றன.

ஒவ்வொரு கவிதையும், ஒருசில கதைகள் போல, சில நெடுங்கதைகள் போல காட்சியாக விரிகின்றன. இராஜேந்திர சோழன் (அஸ்வகோஷ்), கண்மணி குணசேகரன் ஆகியோரது சிறுகதைகள் போல, வாசிக்கும்போது கவிதைகள் காட்சிகளாக விரிவது அற்புதம். அது கவிதை நெய்தவனின் கைப்பக்குவம், கை நேர்த்தி உணர்ந்து பார்ப்பின் அறிய வரும்.

மழை வனம் கவிதையில் விசும்பினின்று என்றால் என்ன மலை தெரிகிறது. அது என்ன மடு இலைகள் சரி மடல்கள். இலைக்கும் தழைக்கும் என்ன வேறுபாடு, வன ஜீவன்கள் வனத்தில் வாழக்கூடிய அனைத்து ஜீவன்கள் (ஈசல், எறும்பிலிருந்து யானை வரை) வனத்தில் உள்ள பல்வேறு வகையான தாவரங்களின் இலைகள் என்று மட்டும் கூறாமல் மடல்கள் தாழை போன்ற தாவரங்களின் நீண்ட இலைமடல்கள் கவிதையில் இவ்வாறு வேறுபாடு காட்டி, வாசிப்பவனை மேலும் தெரிந்துகொள்ளச் செய்வது மிகவும் சிறப்பு. ஈரமும், ஈரம் தெறித்த தூரலுமாக அருமையான வரி. தனித்த மரத்தில் எல்லாப் பகுதிகளிலும் (தடுப்பதற்கு, மறைப்பதற்கு ஏதுமில்லை தனிமரம்) மழைத்துளி விழுவது முத்தத்தைப்போல உவமை அற்புதம். அவ்வளவு மென்மையாக விழும் மழைத்துளி பயணிக்கிறது. எல்லாரும் 'மழை பெய்கிறது' என்றுதான் எழுதுவார்கள். மழையை ஆழ்ந்து நேசித்து ரசித்தவன் மட்டும்தான், 'மழை பயணிக்கிறது' என்று எழுத முடியும்.

'முத்தச்சாரலில் மூழ்கிய வன ஜீவன்கள்

மழைக்கும் வனத்திற்குமான போர்...'

அற்புதமான வரிகள்.

மழையின் வசீகரத்திற்கு வளைந்து, மழை விழும் ஓசையை கவிதையில் வடித்த ஒரே கவிஞன் தாமரைபாரதி. சட்ட் சட்ட் தடத் தடத்... எத்துனை ரசனை, எத்துனை உண்ணிப்பான கவனம்

(Keen observation). 'ஓய்ந்த மழையும் காய்ந்த வெயிலுமாக... சிலிர்த்துக் கிடக்கிறது வனம்'. அற்புதமான வரிகள்!

வனத்திலே, பெருங்கருணையுடன், அங்கு வாழும் அனைத்து உயிர்களையும் உள்ளன்போடு நேசித்து வாழ்ந்த ஒருவனால் மட்டுமே இவ்வாறு மழை பெய்யும் வனத்தை மிகுந்த ரசனையுடனும், லயிப்புடனும் அனுபவித்து ஒரு கவிதை எழுத இயலும். என்போன்றவர்கள் வனத்தில் மழைபெய்தால் மழையைச் சபித்துக்கொண்டு எங்காவது மழைச்சாரல் படாத இடமொன்றைத் தேடி ஒளிந்திருப்போம். பின் 'ஈரமும், ஈரம் தெறித்த தூரல்' என்றும் 'சிலிர்த்துக்கிடக்கிறது வனம்' என்று எவ்வாறு எழுத இயலும்?

எனக்கொரு ஆசை... திரு.பவா செல்லதுரை அவர்கள் கதை சொல்வது போல, தபுதாராவின் பல கவிதைகளைச் சொல்லிக் கேட்க வேண்டும் என்பது!

கவிதைகளில் காணப்படும் அங்கதச்சுவைபற்றி தனியே எழுத வேண்டும்.

மலையும், மலைசார்ந்த கவிதை மிகவும் அற்புதமான ஒன்று. கடைசி ஆறு வரிகளில் வெளிப்படும் அங்கதம், சமூகத்தில் ஏற்பட்ட மாற்றத்தை, அவலத்தைச் சொல்லியது ஈட்டிகளாய் நெஞ்சில் குத்துகிறது.

ஏனென்றால், கொடைக்கானலில் 3 வருடங்களும், வால்பாறை மலைகளில் 16 ஆண்டுகளும் வாழ்ந்தவன் (சுற்றியவன்) என்பதாலும், மலையக வாழ் மக்களிடம் பழகியவன் என்பதாலும், அவர்களது வாழ்க்கையை மிக அருகில் பார்த்ததாலும் இக்கவிதை என்னை மிகவும் பாதித்தது.

ஓங்கி உயர்ந்த (Double Adjective) மலையிடுக்கில் பாறை ஒன்று அதில் அடை அடையாய் பரந்து தொங்கும் தேனடை... சினிமா படம் போல காட்சி விரிகிறதா? முதலில் Wide Angel... அப்புறம் Mid Shot மலையிலிருக்கு... பின் Zoom பாறை... Tele Zoom. பரந்த தேனடை... தீப்பந்தம் கொடியன்... கொடிச்சி இவை, வால்பாறை நகரிலிருந்து 6 மைல் தொலைவிலுள்ள ரொட்டிக்கடை என்னுமிடத்திலிருந்து இடது புறமாக 3 கி.மீ தொலைவில் பல வருடங்களாக நான் ரசித்துப் பார்த்தக் காட்சிகள்.

மற்றவர்கள் எனில் 'கொடி, குடுவை' என்று மட்டும் எழுதியிருப்பார்கள். ஆனால் மலையகத்து மக்களை நன்கு அறிந்த ஒரு கவிஞன் மட்டுமே, 'செழித்து வளர்ந்த வள்ளிக் கொடி' என்றும்

'இடையில் மூங்கில் குடுவை' என்றும் எழுத இயலும். அதிலும் தொண்டகப்பறை இசை... மிகவும் நேர்த்தி!

எரிந்து முடிந்த தேன்கூடு... கரடிகள் குடித்தது சொற்பமே... மிச்சம் ஏமாற்றத்தை ஏற்றுக்கொண்டு, ஆம்... அவர்கள் எத்துனையோ ஏமாற்றங்களை ஏற்றுக்கொண்டு வாழ்ந்துகொண்டிருக்கிறார்கள். ஆனால், நம்மில் சிலர்தான் ஏற்றுக்கொள்ளாமல் வன்முறை, அழிப்பு, தண்டனை என...

மழை நீங்கி, வேங்கை மலர்கள் பூக்கும் ஸ்மார்ட் சிட்டி... அழகு வரி. சிக்னல் ஒன்றில்... *Camera – Aerial view; Smart city* வறண்ட வானம், சிக்னல், கொடியன், கொடிச்சி, வாகனங்களின் கலவை *(Mixure)* ஒலிகளுக்கிடையே (புதியசொல் அருமை) 'கலவை' சொல் பயன்பாடு அற்புதம்... *Sound Mixing.* கார்துடைப்பான்களையும், வெயில் மறைப்பான்ளையும் விற்றுக்கொண்டிருக்கும் கொடியன் கொடிச்சி. *Camera – Zoom out...* இரு வேறு சூழ்நிலை. வாழிடம் பசுமை சூழ் வளமான குறிஞ்சி நில மாந்தர்களின் இயல்பு வாழ்க்கை... தேனெடுத்தல்... *Smart* நகரத்தில், மழை நீங்கி, வாகனங்களின் இரைச்சலுக்கிடையே கார்துடைபான்கள் விற்கும் இழிநிலை..!

கவிதை வாசித்த பின்... பெரிய திரையில் குறும்படம் பார்த்த ஓர் அனுபவம் கிடைத்ததுதான் கவிதையின் சிறப்பு. சினிமாவில் மட்டும்தான் காட்சிப்படுத்த முடியுமா? இதோ எளிய சொற்களால் ஆன ஒரு கவிதையிலும் காட்சிப்படுத்த முடியும். அருமையான அங்கதச்சுவை கொண்ட கவிதை.

'மூக்குக்கண்ணாடி' மற்றுமொரு வித்தியாசமான, அருமையான கவிதை. உண்மை. மற்ற பொருட்களிலெல்லாம் பிரியம், கோபம் கொள்வோம். பேனாவைக்கூட பிரியமாக வாங்கி வைத்துக் கொள்ளலாம். ஆனால் மூக்குக்கண்ணாடியின் மீது யாரும் பிரியம் வைப்பதில்லை; கோபங்கொண்டு போட்டு உடைப்பதுமில்லை.

6.6 விகிதத்தில் மூக்குக்கண்ணாடிக்கும் பார்வைக்குமிடையில் காட்சி நிகழ்கையில் *PHYSICS* – (ஒளியியல்) *Light – Lens* – கண்ணாடி வழி பார்ப்பது... *2D.*

கண்ணாடியில் பார்ப்பது *3D Vision* – அநேகம் பேர்களுக்கு கவிதை வாயிலாக மூக்குக்கண்ணாடியில் இயற்பியல் பற்றி தெரிந்து கொள்ள அரிய வாய்ப்பு. இதைப் படித்த பின்பாவது, 6.6 என்றால் என்ன? என்று தேடுவார்கள்தானே. தெருவில் மூக்குக்கண்ணாடி வாங்குவதில்லைதான், இருப்பினும் 'கைகளில் மூக்குக்கண்ணாடி அணிந்தவன், தெருவில் விற்றுக்கொண்டு...' அருமையான கவிதை!

மூக்குக்கண்ணாடி கவிதை வாசித்ததனால்தான் அது குறித்த வரலாறு தேடித் தெரியவும் அறிந்துகொள்ளவும் முடிந்தது.

ரிக்ஷாக்காரர் என்றோர் அருமையான முரண்(தொகை) கவிதை.

ஆங்கில நாளிதழ் படித்தவாறு அமர்ந்திருப்பவருக்கு கால்களிரண்டும் நன்றாக இருக்கின்றன. மேலும் கீழும் மூச்சிரைக்க இரைக்க கால்களால் மிதிக்கிறார் ரிக்ஷாக்காரர். மனித உழைப்புச் சுரண்டலுக்கெதிரான மாபெரும் இயக்கத்தின் செயல்பாட்டாளர் இறங்கும் இடத்திற்கும், தூரமான டாஸ்மாக் வரைக்கும் மூச்சிரைக்க இரைக்க மிதிக்க வேண்டும்.

மிக எளிய வார்த்தைகள். சத்தமில்லாத வரிகள். ஆர்ப்பாட்டமில்லை. அலங்கரிப்பு இல்லை. ஆனால் அந்த வரிகளில் உள்ள (முரண்) வலி, இதயம் வரை ஊடறுக்கும். செயல்பாட்டாளர், தன் இயக்கத்திற்கெதிரான செயலில் ஈடுபடுவது சமூகத்தில் எவ்வளவு சாதாரணமாகிப் போனது என சாட்டையைச் சொடுக்கும் வைர வரிகள்.

மழைச்செடி: சொல் புதிது. கத்திரிச்செடி, தக்காளிச்செடி சரி... அதென்ன மழைச்செடி?

யவனிகா ஸ்ரீராம் சொன்னது போல, அனைத்திலிருந்தும் விலகி தன்னைஇயற்கையின்ஒருபகுதியாகவிளங்கிக்கொண்டகவிஞன்தான் ‘கணுவிடையில் மாறும் பசும் வனத்தின் பழுப்பு நிறப்பட்டைகள் தங்களைத் துகிலுரித்துக்கொண்டன’ என எழுத முடியும்... அற்புதம்! தாவரங்களைப் பற்றிய நுண்ணறிவு கொண்டிருந்தால் அன்றி இதுபோல் எழுத இயலாது. தணுவிடையில்; *(Internodal region – the region inbetween the two adjacent nodes)* பழுப்பு நிறப்பட்டைகள் *i.e., bracts/bractioles* இலைச் செதிலிகள், இலையடிச் செதில்கள் துகிலுரித்து தனது இலைகளைத் தோற்றுவிக்கும்.

இலைக் காம்புகள் அரும்பும்... நுண்புழையேறிக் களித்தன. நுண்புழையேற்றம் *(Capillarity force (Water movement against gravitational force thro’ capillarity)* நுண்புழையேறிக் களித்தன. இங்கு இயல்பானது நுண்புழையேற்றம். களித்தன என்பது ஆகச் சிறந்த ரசனையின் வெளிப்பாடு. விலங்கினங்கள் உண்டு களித்தன என்பது போல் தாவரங்களிலும் உண்டு களித்தன... அருமை! காற்றையும் மண்ணையும், மழையையும், பனியையும், சூரியக்கதிரையும் தாவரங்களைவிடக் கொண்டாடுபவர் எவர்? மழைச்செடி ஒரு தனித்துவமான செடி.

முதல் காதலைப் பொழிந்தவளின் பொற்கரங்களால் நட்டுவைத்த பெயர் தெரியா நூறு பூச்செடிகள் சுகந்தத்தை விரவும் பேரண்டப் பெருவெளி... முதல் காதலைப் பொழிந்தவள் நினைவிலிருந்தால் நினைத்துப் பார்த்து இன்புறுவது எத்துனை சுகம்! மேலும் அவளது பொற்கரங்களால் வருடிவிடப்பட்டவர்கள் பாக்கியவான்கள்... அருமையான, அற்புதமான, ரசிக்கப்பட வேண்டிய (நான், நீ) கவிதை.

ஐம்பூதங்கள்: அருமையான, எளிய வார்த்தைகள்; வரிகள். ஆனால் அவை சொல்லும் கருத்துகள் மிகவும் ஆழமானவை; கனமானவை. சிக்கிமுக்கியையும், மூங்கிலையும் மூதாதைத் தெய்வமென வழிப்பட்டவன். சிறு நெருப்புத்துண்டத்துடன் (கற்பூரம்) (அக்னிகுண்டம்) காத்திருக்கின்றான் என்றும் நினைவிருக்கும் கவிதை. ஏனெனில் பஞ்ச பூதங்களாகிய உலகு நாம். நம்மைச் சுற்றியுள்ளவை. அன்றாடம் நாம் பல வழிகளில் கேள்விப்படும் கண்டும், கேட்க நேர்ந்த, அறியப்படும் பஞ்சபூதங்கள் அல்ல. ஐம்பூதங்கள் பற்றிய செய்திகள், வினைகள், எதிர்வினைகள்...

ஏலி ஏலி லாமா ஜெபக்தானி:

பணி நிமித்தமாக தனிமையாக வாழும் ஆயிரக்கணக்கான பேர்கள் எல்லை பாதுகாக்கும் பணியில், மொழி புரியாத மாநிலங்களில், அரபு நாடுகளின் பாலைவனங்களில் படும் துயரங்களை மிக அழுத்தமாகப் பதிவுசெய்திருக்கிறது இக்கவிதை. கவிஞன் மட்டும் அவர்களுக்காக பிரார்த்தனை செய்யாமல், வாசிக்கும் அனைவரையும் பிரார்த்தனை செய்யத் துண்டுகிறது இக்கவிதை... 'தேவனே கைவிடாதீரும்.''

மீளும் வழிகளில் பயணிப்பவன்:

கவிதை மட்டுமல்ல, என்போன்ற எண்ணற்றவர்களின் நிலையை உணர்ந்து சொல்லும் ஒப்பற்றவரிகள்.

துணையில்லாக் குழந்தையாக பல உறவுகளின் அரவணைப்பில் என்றும் தங்க நேர்ந்து, பலதரப்பட்ட மனவேதனைகளையும், புறக்கணிப்பையும், அந்நியப்படுத்தலும், பிறர் முன்னிலையில் அன்பிருப்பது போன்ற பாசாங்கு நடிப்புகளையும் அவர்களின் எனக்களித்த உணவெல்லாம் இப்போது நஞ்செனக் கருதுகிறேன். செஞ்சோற்றுக் கடனுக்காக பாரமிகுந்த வைக்கோல் வண்டியின் அச்சாணிகளை இன்னும் சுமந்துகொண்டிருக்கின்றேன். விதிகளை நீ விதித்திருந்தாலும் மீளும் வழிகளில் பயணித்தாக வேண்டும் நான். எனவே, இருபுறமும் பாறைகளினிடையே மஞ்சள் மலர் மிதந்தோடும் நதியாகின்றேன். மேலோட்டமாகப் பார்ப்பின் இது ஒரு சாதாரண வரிகள் எனத்தோன்றும். உண்மையில் இவை ஆழமான,

தத்துவார்த்தமான, சொல் ஆழமிக்க கவிதை. உணர்ந்தவனுக்குத்தான் புரியும் அதன் அர்த்தம்.

பேரன்பின் சிறு கரங்கள்:

இரவு குறித்தும், ஆம்... இரவின் தனிமை குறித்தும் அச்சம் கொள்ளும் எனது கண்களை மூடியபடி, என்னைக் குணப்படுத்தியபடி தடவிச் செல்கிறதே அது காற்றா, தாய்மையா, காதலா, கடவுளா? பேரன்பின் சிறு கரங்களா? மிக அருமை!

வித்தியாசம் நிறைய உண்டு, எளிய வரிகளில் எண்ணற்ற கருது கோள்களைக் கவிதையில் சொல்வதில். இரண்டே வரிகள் வாசிப்பவனைப் புரட்டிப்போடுகிறது தன் வலிமையான, உள்ளார்ந்த அர்த்தங்களால்.

கரப்பான் பூச்சிகளுக்கும் ஒரு கவிதை. அற்புதம்! கரப்பான் பூச்சிகள் பற்றிய அறிவியல் ஒரு கவிதை வடிவில் *4 Compound eyes – Nocturnal creature – Omnivorus* அறைகளின் அச்சுறுத்தலாக இருப்பினும் தூய்மைக் காவலர்களாக அறியப்படும் அவை மனிதர்களுக்கு தீங்கு விளைவிக்கக்கூடுமென மருந்திட்டுக் கொல்கின்றனர்.

எத்துனை மருந்துகள் தற்போது, விளம்பரங்களிலும் காருண்யத்தின் ஒளி... மனித உருமாற்றமடைந்த *i.e., Metamorphosis* கரப்பான் பூச்சிகள். கடைசி வரிகள், ஏன் கவிதை முழுவதும் அற்புதம்... அருமை. கரப்பான் பூச்சிகளுக்கும் கவிதை எழுதிய கவிஞன் தாமரைபாரதிக்கும்.

கடவுள் தேசத்தின் சாத்தான்களின் பெரும்பசிக்கு இரையான மது. ஆகச்சிறந்த கவிதை.

ஒருவேளை உணவுக்காக படுகொலை செய்யப்பட்டவன் படுகொலையின் போது எத்துனை வேதனை, துயரம், துன்பத்திற்கு உள்ளாகியிருப்பான் என வலியுடன், அவன் நிலையிலிருந்து கூறியிருப்பது கவிதை... இருந்தாலும் அவர்களை இந்திர தேசத்து தேவர்களாகப் படைத்துவிடுங்கள். அப்போதுதான் அவர்களுக்குப் பசிக்காதிருக்கும் என கூறியிருப்பதுதான் கவிதையின் சிறப்பு. ஆதிப்பழங்குடி ஒருவனின் படுகொலைக்கு அதைவிட என்ன இரங்கற்பா எழுதிவிட முடியும்? அறிவு ஜீவிகள் என சொல்லப்படும். சமூகநோய்க் கூறுகளைக் கொண்டவர்கள் புரிந்துகொள்ளட்டும்.

பணயம் முடியா பாதன்: ஓணான் கொடிப் பூக்களும், ஆவாரம் பூக்களும் வழிகாட்டி மலர்ந்திருக்க, பயணத்தைத் தொடங்கிய கவிஞன் இராபர்ட்ப்ராஸ்ட் யாரென்று திகைக்கின்றேன். *Robert Frost*ஐயும்தேடிக்கண்டு படிக்கத் தூண்டும் கவிதை...

Men May Come

Men may go

Miles to go

தேடிப்படிக்க வேண்டும் இன்னும் இதுபோல.

இரா.சின்னச்சாமியின் 'ஏழிலை கிழங்கின் மாமிசம்'. குட்டிரேவதியின் 'மா மத யானை', சுகிர்தராணியின் 'காமத்திப்பூ' இன்னும் பலரது கவிதைகளையும் தேடித் தேடிப்படிக்கும் ஆர்வத்தைக் கொடுத்தது இக்கவிதை. நிச்சயம் தேடுவேன்... ஏனெனில் தேடுபவர்கள் கண்டடைவார்கள்.

உறக்கம் 1. மற்றுமோர் அருமையான கவிதை!

கற்குகை, மரப்பொந்து, பாறையின் அடியில், மஞ்சுப்பொதியில் அயலார் திண்ணை, விடுதிகளில்... அளவுகடந்த குடிகாரர்களின் உறக்கம், உறங்கும் முறைகளை, உறக்க அசைவுகளைக் குறுக்கி, ஒரு பந்தைப்போல் சிறுவன் போல உறங்க முடிவதில்லை.

ரசிக்கப்பட வேண்டிய கவிதை. ஒவ்வொரு வரியையும் வாசிக்கும்போது ஏற்படும் காட்சிகள், காட்சிப் பரிமாணங்கள் கற்படுக்கைகளில் சமணர்கள் எப்படி உறங்கியிருப்பார்கள், மன்னர்கள், கவி பாடிய புலவர்கள், தலைவிகளின் உறக்கம், விடுதியில் பிச்சைக்காரர்களின் உறக்கம்... கற்பனையில் திளைத்து உறங்காமல் இரசிக்கக் கூடிய கவிதை. தெருவோரம் சுருண்டுபடுத்துத் தூங்கும் சிறார்களுக்குச் சமர்ப்பணமாகட்டும்!

செவிச்செல்வம்: தனிமையின்போது உண்மையில் மௌனம் என ஒன்றுமில்லை. இதுவரை கேட்டிராத குரல்கள், சப்தங்கள், இரைச்சல்கள், ஓசைகள், மெல்லிசை, கேட்கத்தானே காது...அருமை.

*Insomnia*வின் சகோதரிகளாக சொல்லாடல் அருமை.

பிரிவு குறித்து அவளது அறை வாசிகளுக்கு கவிதை.

மிகவும் வித்தியாசமான கோணத்தில் எழுதப்பட்ட கவிதை. இறந்த அவனது உடலை அவன் தூக்கிக்கொண்டு, இன்று மட்டும் இந்த அறையில் மௌனம் காக்கட்டும். மனதை உலுக்கும், என்றும் நினைவிலிருக்கும் அற்புதமான கவிதை

யாவர்க்குமாம்:

சமூகத்திலிருந்து மறந்துவிட உலகளவு உள்ளன, ஆம்... மலடாக்கும் உத்தி, பிரசவிக்காத வன்மை, காயடிக்கும் குரூரம், பகைமை, கயமை... இத்துனை பார்த்தும் கவிஞனுக்கு ரௌத்திரம்

கூட பழகாமல், தாமரைபாரதி என்பதால் வீறு கொண்டு எழாமல், தனல் தனித்து அன்பை யாவர்க்கும் விதைக்கும் பண்பு, கவிஞனின் தனித்தன்மையான பண்பு, கவிதையில் வெளிப்படுவது சிறப்பு. ஆம் அன்பால் உலகை வெல்வது எளிது தானே.

பக்கம்78: அற்புதமான கவிதை இக்கவிதை குறித்து கோவை நண்பர்களுடன் பேசும்பொழுது சுமைதாங்கி கல்லின் அடியில், அதென்ன கல்... சுமைதாங்கிக் கல்? அது பற்றி ஒன்றுமே அறியாத முற்றிலும் நகரவாசிகளான அவர்களுக்கு சுமைதாங்கி பற்றி விவரித்து, அவர்களுக்கு இது போன்று பழையவை பற்றித் தெரிந்துகொள்ள இக்கவிதை வாய்ப்புகள் கொடுத்ததுதான் சிறப்பு. கிராமங்களில் இறந்துபோன (வயிற்றில் குழந்தையுடன்) தன் பெண் மக்களின் நினைவாக ஊர் எல்லையில் வழிப்போக்கர் மற்றும் பல் வகை சுமை தூக்கி வருவோர்கள், சுமையை இறக்கிவைத்துவிட்டு, இளைப்பாறி, மற்றோர் துணையில்லாமல் தானே சுமையை மீண்டும் சுமக்கும் வகையில், எடுத்துக்கொள்ளும் வகையில், அமைத்திருப்பது சுமை தாங்கிக் கல். இன்றும் கிராமப்புறங்களில் இருக்கிறது என்று கூறியதும் அவர்கள் மிகவும் மகிழ்ச்சியுற்றார்கள். இன்னும் நடுகல் பற்றியும், நடுகல் வழிபாடு, சிரம்கொய்தல் பற்றியும் கூறியது மகிழ்ச்சி. அவர்கள் மட்டுமல்ல, மற்றவர்களும் நாமும்கூட இன்னும் அறிந்துகொள்ள வேண்டியவை எவ்வளவு இருக்கிறது? என்று நினைக்கவைப்பதுதான் இக்கவிதையின் சிறப்பு.

மற்றுமொரு அருமையான கவிதை இருவர். இந்த வகை என்று கூற இயலாத சிறப்பான கவிதை.

நீதித்துறையில் நடைபெறும் அவலங்களை இதைவிட மென்மையாக யாரும் கூறிவிட முடியாது. அண்ணல் அம்பேத்கார் அவர்களும், காந்தியடிகள் அவர்களும் நீதிமன்றத்தை விட்டு வெளியேறுவது, அருமையான பகடி. யாரென்று சொல்லாமல் வாசகர்களின் யூகத்திற்கு மூக்குக்கண்ணாடிகளை குறியீடாக வைத்து, கவிதையை மேலும் மேம்படுத்தியதோடு, மிகவும் ரசனைக்குள்ளாக்கியது. *Excellent!*

மகிழம்பூவின் மணம்: மனைவியின் நிலையிலிருந்து ஒரு பெண்ணின் உள்ளக்கிடைக்கை வெளிக்கொணர்வது என்பதெல்லாம் சாதாரணம் இல்லை. பெண்மையை போற்றக்கூடிய, வணங்கத்தக்க மனநிலை மேம்பட்ட ஒருவனால்தான் இவ்வாறு எழுத இயலும். அதுதான் தாமரைபாரதி. அற்புதமான கவிதை! அது சரி... இங்குள்ள நண்பர்கள் பலருக்கு இக்கவிதைக்குப் பின்னர்தான் ‘ரெய்த்தா’ என்றால் என்னவென்று தெரிய முடிந்தது.

வேனிற்காலக் காலை நேரத்தை மருந்தெனக் கொண்ட நடை பயில்வோர்களுக்கு, கந்தல் துணியுடன் இருப்பவன் (அதுவும் உடைந்த சிமெண்ட் பலகை) அனுதாபத்தை பரிசளிக்கிறான். மிக சிறந்த அங்கதம் பொதிந்த கவிதை... எள்ளல் அருமை!

ஒவ்வொரு கவிதையும் ஒவ்வொரு விதத்தில் சிறப்பாக இருக்கிறது. வனத்தில் அல்லது அடர்ந்த மழைப்பொழிவுக்குப் பிந்தைய கானகத்தில், பசுமை போர்த்திய நீரோடையுடன் கூடிய மலர்கள் கூடிய வனத்தில், இனமறியாத சுகந்தங்களுடன் ஏகாந்தமாக திரிந்த சுகம் ஏற்பட்டது.

இக்கவிதைத் தொகுப்பினை வாசித்தபோது...

கவிதைகள், வாசிப்பவனின் நினைவலைகளைக் கிளறுவதாக இருக்கிறது. அதுதான் கவிதைகளின் சிறப்பு. குறிஞ்சி மலர்களும், நெருஞ்சி மலர்களும் ரசிப்பவனுக்கு ஒன்றேதான். சிறு ஓடையில் கிடக்கும் கூழாங்கற்கள், அருகிலிருக்கும் பெரணிச் செடி, அதன் மிக மென்மையான தூவிகள், மரங்களின் வெவ்வெறு வகையான உடல் அமைப்பு, அதன் பட்டைகள் பிளவுபட்ட விதம், அருகிலுள்ள புதர்ச்செடி, செடியில் உள்ள லார்வா, அது தேர்ந்த கலைஞன் போல இலையை அசைக்கும் பாணி, பல்வகை மலர்கள், மலர்களின் சுகந்தம், இதழ்களே இல்லாத மகரந்தங்கள் மட்டும் ஆட்சி செய்யும் மலர்கள், அதன் மகரந்தங்கள், பறவைகள், சில் வண்டுகள், கேழை ஆடுகள், காட்டுக்கோழியின் கவிழ்ந்த நடை, நத்தையின் நகர்வு... இப்படி ஒவ்வொன்றும் அழுகுதானே! அதுபோல இக்கவிதைத் தொகுப்பிலுள்ள ஒவ்வொன்றும் ஒவ்வொரு விதத்தில் அழகு... ஒவ்வொன்றும் ஒவ்வொரு ருசி... எருக்கம் பூக்களும் ஒரு ஒழுங்கான அழுகுதானே. அப்பூக்களையும் வண்டினங்கள் நாடுகின்றனவே!

திட்டமிட்டு வடிவமைக்கப்பட்ட, மனிதர்களால் வளர்க்கப்படும் பூங்காக்களில் திரிவதில் விருப்பமில்லை. வனத்தில் ஏகாந்தமாக இருப்பதே சுகம். அப்படி ஒரு கவிதைத் தொகுப்பு. நான் M.Sc., மதுரைப் பல்கலையில், *Project* ஒன்று பூஞ்சையில் *(Mycology)* (எவரும் விரும்பாத பிரிவு) செய்து, சிறப்புப் பெற்றதால் *(1978)* படிப்பு முடித்தபின் *'Wood Rotting' Polyporales (Fungus) in Anaimalai Hills* – என்ற ஆய்விற்காகத் தேர்ந்தெடுக்கப்பட்டு ஆணைமலைக் காடுகளுக்கு அனுப்பப்பட்டேன். பட்டுப்போன மரங்களில் உள்ள பூஞ்சைகளைத் தேடுவதற்காகத் தனியாக காடுகளுக்குள் அலைந்தேன். ஆரம்பத்தில் அட்டைகளின் கடிகள். வெறும் ரொட்டித்துண்டுகள், தேயிலைத் தண்ணீர், போத்தல்கள் அப்போது வழக்கத்தில் இல்லை,

ஆரம்பத்தில் வெறுத்தவன் மெல்லமெல்ல காடுகளை நேசிக்கவும், ரசிக்கவும் அதனுடன் வாழவும் பழக்கமாயின. 2 ஆண்டுகளுக்குப் பின் எனது *Guide – a famous mycologist* தனது சொந்த நாட்டிற்கு *CANADA, Toronta University*க்கே மீண்டும் பணிபுரியச் சென்று விட்டதால் ஆசிரியர் பணிக்கு வர நேர்ந்தது. இளமைக்காலத்தில் அந்த காடுகளில் வாழ்ந்த இனிமையான அனுபவம் மீண்டும் பெற நேர்ந்தது 'மழை வனம்' கவிதையால்...

இன்னும்... இன்னும்... நிறைய கவிதைகள் எழுத வேண்டும். நாங்கள் வாசிக்க... ரசிக்க... மகிழ.

என்றென்றும் மிக்க அன்புடன்,

P.லட்சுமிபதிராஜு

குளித்தலை, மைலாடி,

11.06.2020.

காதலின் மெல்லிசைப் பாடல்

சிறுவன் ஒருவன் விடும்
இதய வடிவிலான
காற்று நிரப்பப்பட்ட
பலூனின் பறத்தலில்
மலை ஏரி ஒன்றில்
படர்ந்து செல்லும் பனிப்படலத்தில்
காலை வெயில் கீழிறங்கும் மரங்களிடையே
கருமையாய் நகரும்
தார்ச்சாலையில்
ஆளற்ற தீவில் கரையொதுங்கும் நாவாயில்
நட்சத்திரங்களை நோக்கி நகரும் சிறு பறவைக்
கூட்டத்தில்
போடப்பட்டிருக்கும்
ஆளற்ற
காத்திருப்புப் பலகைகளில்
பெருமழையில் ஒரே குடை பிடித்தவாறு நடந்து
செல்லும்
இணைந்த கரங்களில்
நீராம்பல் நிறைந்த குளங்களில்
அன்னப்பட்சிகளின் கொஞ்சலில்
இறுதியாக
உனது விரல்களிலிருந்து விடுபட்டுப் போகும்
வண்ணத்துப்பூச்சி ஒன்றின்
சுதந்திரச் சிறகசைப்பில்
எனது காதலின் மெல்லிசைப் பாடலை
முழுமையாகக்
கேட்கலாம் நீ.

O

மலையும் மலை சார்ந்த

ஓங்கி உயர்ந்த
மலையிடுக்கில் பாறை ஒன்றில்
அடை அடையாய்
பரந்து தொங்கும்
தேனடையை
தீப்பந்தத்தால் கொளுத்துகிறான் கொடியன்
செழித்து வளர்ந்த வள்ளிக்கிழங்கின் கொடியைக்
கட்டிக்கொண்டு
இடையில் மூங்கில் குடுவையை கட்டியபடி மேலே
ஏறுகிறாள்.
கொடிச்சி
கொடிச்சி மகனோ
தொண்டகப் பறை இசைக்க
கானகம்
தாவர விலங்குகளால்
சீழ்க்கையடிக்கத் தொடங்குகிறது.

எரிந்து முடிந்த தேன்கூட்டில்
கரடிகள் குடித்து
சொற்பமே மிச்சம் வைத்திருந்ததை
தேனடையில் கரடியின் குருதி நாற்றத்தில்
உணர்ந்தவர்களாக
ஏமாற்றத்தை ஏற்றுக்கொண்டு
உச்சிப் பாறையினின்றும்
கீழிறங்கிய
கொடியனும் கொடிச்சியும்
மழை நீங்கி
வேங்கை மலர்கள் பூத்துக் குலுங்கும்
ஸ்மார்ட் சிட்டியில்
சிக்னல் ஒன்றில்
வாகனங்களின் கலவை ஒலிகளுக்கிடையே
கார் துடைப்பான்களையும்,
வெயில் மறைப்பான்களையும்,
விற்றுக் கொண்டிருக்கிறார்கள்.

O

கைகளில் கண்ணாடிகள் அணிந்தவன்

மேஜையின்மீது இருக்கக்கூடிய
இந்த மூக்குக்கண்ணாடிக்கு
என்மீது
கோபமும் இல்லை.
பிரியமும் இல்லை.

இந்த மூக்குக்கண்ணாடியை அணிந்திருக்கும்
எனக்கும்
மூக்குக்கண்ணாடிமீது
கோபமும் இல்லை, பிரியமும் இல்லை.

இதன் வழியாக நான் உலகத்தைப் பார்க்கையில்
தன் வழியாக
என் கண்களில் அது உலகத்தைப்
பார்த்துக் கொண்டிருக்கிறது.

இந்த மூக்குக்கண்ணாடியைப் பரிசளித்த
அந்த மருத்துவரின் பெயர்
எனக்கு நினைவில்லை.
கண்ணாடியை உருவாக்கியவர் பெயர்
யாருக்கேனும் சொல்லுங்கள்.

மூக்குக்கண்ணாடி அணிந்தவர்கள் எல்லாம்
பார்வை குறைந்தவர்கள் அல்ல;
மூக்குக்கண்ணாடி அணியாதவர்கள் எல்லாம்
நற்பார்வை உள்ளவர்களும் அல்ல.
6.6 விகிதத்தில்
மூக்குக்கண்ணாடிக்கும் பார்வைக்குமிடையில்
காட்சி நிகழ்கையில்
கண்ணாடி வழியே பார்ப்பதும்,
கண்ணாடியில் பார்ப்பதும் ஒன்று அல்ல
என்று தோன்றும் வேளையில்
யாரேனும்
இந்த மூக்குக்கண்ணாடி குறித்த வரலாற்றை
உருவாக்கினால்
நான் சற்று மகிழ்வேன்.

மூக்குக்கண்ணாடிகள் தெருவில்
யாரும் மூக்குக்கண்ணாடிகள் வாங்குவதில்லை என
கூவிக்கொண்டே போகிறான்,
கைகளில் மூக்குக்கண்ணாடிகளை அணிந்தவன்.

○

ரிக்ஷாக்காரர்

கால்கள்
மேலும் கீழுமாக
முன்னும் பின்னுமாய்
சீரலைவு இயக்கத்தில் இயங்க
கைகளால் மணியடித்தவாறே
கூட்டத்தை விலக்கியபடி
கடக்கிறார் ரிக்ஷாக்காரர்.

ஆங்கில நாளிதழ் ஒன்றை
சாவகாசமாகப் படித்தவாறு
அமர்ந்திருப்பவருக்கு
கால்களிரண்டும் நன்றாக இருக்கின்றன.

சவாரி முடியும்
தருணத்தை எதிர்நோக்கியபடி
மூச்சிரைக்க இரைக்க
பெடல்களை மிதிக்கிறார்,
ரிக்ஷாக்காரர்.
தேசிய முக்கியத்துவம்மிக்க
கட்டுரை ஒன்றை
வாசித்து முடித்திருந்தார், பயணி.

மனித உழைப்புச்
சுரண்டலுக்கெதிரான
மாபெரும் இயக்கத்தின்
செயல்பாட்டாளர்
இறங்குவதற்கான
இடத்திலிருந்து வெகுதூரத்திலிருக்கிறது,
டாஸ்மாக்.

மீண்டும்
மிதிக்க வேண்டும்
மூச்சிரைக்க இரைக்க.

०

உறவு

நாங்கள் இருவரும் நண்பர்களல்ல;
விரோதிகளல்ல;
துரோகிகளல்ல;
உற்றாருமல்ல;
உறவினருமல்ல;
பகையாளிகளல்ல;
இன்னபிற உறவுமல்ல.
இருப்பினும்,
பேசிக்கொண்டிருக்கிறோம்,
இப்பிரபஞ்சத்தில்
அன்பின்
இறுதித் திவலைகள்
நாங்களாக இருக்கக்கூடுமோ.

◐

மழை செடி

நேற்று அந்தச் செடிக்கு நீரூற்றினேன்
நீர் விரவிய அதன் வேர்கள்
மலைப்பாறைகளின் ஈரம் பசியும்
மண்ணைக் கொண்டிருந்தன.

அதன் கணுவிடையில்
மாறும் பசும் வனத்தின்
பழுப்பு நிறப் பட்டைகள்
தங்களைத் துகிலுரித்துக் கொண்டன.

இலைக்காம்புகள் அரும்பும்
புள்ளிகள்
மெழுகிலைத் திவலைகளாக
நுண்புழையேறிக் களித்தன.

மேலே வெளியைத் துழாவும்
நுனிக்காம்பு துளிர்க்கவென
நட்சத்திரங்கள் இரவுகளைப்
பகிர்ந்தன.

நட்சத்திரங்கள்
ஒளிக்காலத்துவத்தில்
மலர்தலின் மகத்துவத்தைக்
கொண்டாடின.

இவ்வளவும்
ஊற்றிய குவளை நீரால் என்றால்
வானின்று பெய்தால்.

O

நனவிலியின் துயரின்மை

தலைகீழாக விரிந்த வானத்தில்
வெளவால்கள் நேராகப் பறப்பதை எவ்வித
வியப்புமின்றிக் காண்கிறேன்.
ஈர்ப்பு விசையை மறந்த கோள்களில்
இச்சை துய்க்கும் விடுதிகளின் காப்பாளினி
தன் பாதுகப்புக்கென துப்பாக்கிகள்
எதையும் வைத்திருக்கவில்லை.
நெடுந்தூரம் பயணிக்கும் விலங்குகளை
வழித்துணையாக கயிறு பிடித்துச் செல்பவனுக்கு
நிழலில்லை.
கடல் விழுங்கிய மாமலைகளும்,
மலைகளாய் எழுந்த பெருங்கடல்களும்
வேறு வேறு தொல்லெச்சங்களில் உயிர்ப்பை
வைத்திருக்கின்றன.
அசையாத கூர்மரங்களின்
அடியில் துளிர்க்கும் பனிப்புற்களில்
ஊன் துளைத்த பனிக்கத்திகளில்
கொடூர விலங்கின்
குருதி உறைந்திருக்க
கோடிப் பனித்துண்டங்களுக்குத்
தீ மூட்டி
குளிர்காய்கிறேன்.
உருகிய நெய்யாய்
வழிந்தோடுகிறது,
தீ ஆறு.
○

ராஜபார்வை

மேலிருந்து கீழே பார்ப்பவனின் கண்களில்
நட்சத்திரங்கள்
கீழிருந்து மேலே பார்ப்பவனின் கண்களில் கடல்கள்
இடமிருந்து பார்ப்பவனுக்கு மலைகளும்,
வலமிருந்து பார்ப்பவனுக்கு பாலைகளும்,
குறுக்கே பார்ப்பவனுக்குக் காடுகளும்,
நெடுக்கே பார்ப்பவனுக்குப் பள்ளத்தாக்குகளும்
தெரிகின்றன.
எதையும் பார்க்காமல்
கண்மூடிக் கிடப்பவனுக்கு
எல்லாத் திசைகளிலும்
எல்லாமும் தெரிகின்றன.

O

நீ... நான்

பிரம்மாண்ட
மாளிகை ஒன்றினுள்
உருகி ஒளிரும்
ஒரே
ஒற்றைச் செஞ்சுடர் நீ.

காற்று வெளியில்
நெளிந்தோடும்
செந்தழலில்
நீளும்
நீள நிழல் நீ.

கவர்தலுக்காய்
வலிய இரையின்
உயிரையும் மாய்க்கும்
விடம் உமிழும்
நாகம் நீ.

தேயிலைத் தோட்டங்களைப்
போல

பசுமை விரித்து,
அடரும் நினைவு வனத்தில்
நீண்டு தவழும்
கருநாகமும் நீ!

அன்பில் முகிழ்த்துப் பின்
அன்பின்மையின்
வெம்மையில் தகிக்கும்
கானலும் நீ.

உன் நினைவின்
கர்ப்பத்தில்
அவயமடைந்து பொரிந்த
குஞ்சொன்றின்
முதல்
கண்ணீர்த்துளி
நான்.

O

இருகோடுகள்

நான் நதி
நீ மகாநதி
இதுகாறும்
அவரவர்க்கான
கூழாங்கற்களின் மேல்
தவழ்ந்தோம்,
இனியும்
தவழ்வோம்.
O

நினைவின் கிழங்குகள்

இருளத் துவங்கும் அடிவானம்
வெண்மைப் போர்வையை உன்
நினைவுகளால்
உதறத் துவங்கியுள்ளது.

சிதறிய துணுக்குகள்
ஆங்காங்கே சென்ற காலங்களின்
சந்திப்பின் நட்சத்திரங்களாய்
பிரசன்னமிக்கின்றன.

முழு வானத்தையும் தன்
ஒரே உள்ளங்கையால்
அளந்ததன் அளவே நீ.

விகாசம் பரிச்சயம் கொள்ளும்
விசும்பில் உண்டோ
நினைவின் சுருக்கு.

கருமேகமிடை மேயோன் மேய
மலைகளிலும் மலைச் சரிவுகளிலும்
முதல் காதலைப் பொழிந்தவளின்
பொற்கரங்களால் நட்டு வைத்த
பெயர் தெரியா நூறு
பூச்செடிகள் சுகந்தத்தை விரவும்.
பேரண்டப் பெருவெளியில்
நினைவின் கிழங்குகளை
அகழ்ந்துகொண்டே செல்லும்
பெரும்பன்றி
நான்.

○

ஐம்பூதங்கள்

நீச்சல் கற்றவனும்
பெருவெள்ளத்தில் அற்ற பொருளாகிறான்;
காற்றின் எதிர்ப் பாடலில்
அவனது கானங்கள் கலைந்து போகின்றன.

நிலம் பற்றிய நிபுணர்களின்
யூகங்கள் ஒரு பூகம்பத்தால்
காலாவதியாகி விடுகின்றன.

வான சாஸ்திரிகளின்
அசகாய வாகனங்கள்
தரையிறங்காமல்
மாயமாகின்றன.

சிக்கி முக்கியையும் மூங்கிலையும்
மூதாதைத் தெய்வமென வழிபட்டவன்
சிறு நெருப்புத் துண்டத்துடன்
காத்திருக்கிறான்,
பஞ்சபூதங்களை வரவேற்று.

O

ஒரே சொல்

அலைச்சலிலும்,
களைப்பிலும் ஆழ்ந்துறங்கும் தந்தையைச் சந்திக்க
அவன் வந்திருந்தான்.
யாருமற்ற
தெருவில் நின்று
வீடியோ கேம்
விளையாடிக் கொண்டிருந்த
சிறுவனிடம் கேட்டான்.
அப்பா கலைச்சலாக இருப்பதாகச்
சொன்னவன்
பரமபத பாம்பைப் போல்
நீண்ட தெருவில்
தான் மட்டும் நின்று கொண்டிருந்தான்.

(அலைச்சல் + களைப்பு = கலைச்சல்)

O

சிகிச்சை பலனின்றி

ஆசன வாயில்
அறுவை சிகிச்சை
செய்து கொண்டவர்கள்,
ஒழுங்காக அமரச் சொல்லும்
உங்கள் கட்டளைக்குக் கீழ்ப்படிய மாட்டார்கள்.

உங்கள் வலியால் அனவரதமும்
நீங்கள் துடித்துக் கொண்டிருப்பதைப் போலத்தான்
அவர்களும்
துடித்துக் கொண்டிருக்கிறார்கள்,
அவர்கள் வலியால்.

வலியோடு நீங்கள் சமைக்கும்
உணவு அவர்களுக்கு உகந்ததா.
வலியோடு நீங்கள் துவைக்கும் துணிகள் உடுத்தத்
தகுந்ததா.
வலியோடு நீங்கள் கழுவும் பாத்திரங்கள்
பயன்படுத்தத் தகுந்தனவா.
வலியோடு நீங்கள் தயாரிக்கும்
இரண்டு கோப்பைத் தேநீர்
அருந்தத் தகுந்ததா.

குற்ற உணர்வு எழாமலில்லை,
என்ன...
ஒரே ஒரு வித்தியாசம்
வலியால் நீங்கள்
எளிதில் உறங்கி விடுகிறீர்கள்;
அவர்களோ
உங்கள்
குறட்டை ஒலியைக்
கேட்டபடியும்,
வலியால்
துடித்தபடியும்
கடக்கின்றனர்,
உறக்கமில்லா
இரவுகளை.

அவரவர் வலி
அவரவர்க்கு.

○

சுயம்பு

சூன்யத்தின் கொடிய கரங்கள்
என் கழுத்தை நெறித்தாலும்
அன்பின் வாழ்த்துதல்களால்
பெரிய பதாகைகளுடன்
மீண்டெழுவேன்.

O

பொருள் வயின்...

தன் பிரியமான
சிறிய குடும்பத்தை விட்டு
வெகுதொலைவில்
வலிமிகு உடல் உபாதையுடன்
சரியாக உண்ணவியலாமல்
தூக்கத்தை தொலைத்தவனாக
சதா நேரமும்
மனைவி குழந்தைகளை
எப்போது பார்ப்போம்
என்ற ஏக்கத்தோடு
பணி நிமித்தமாக
தனிமையில்
வாழ்பவனை
தேவனே கைவிடாதிரும்.

ஏலி ஏலி லாமா செபக்தானி.

o

மீளும் வழிகளில் பயணிப்பவன்

தனியே விளையாடிக்கொள்ளும் துணையில்லாக்
குழந்தை நான்.
இடுப்பில் ஏற்றி வைத்து அழுகு பார்க்கின்ற
கரங்களில்
அழுகையின் ஈரப் பிசுபிசுப்பைத் தந்து விடுகிறேன்.
பதிலுக்கு அவர்களது சிரிப்பை
உடுத்திக்கொள்கிறேன்.

மரப்பாச்சிச் சொப்புச் சாமான்களின்
விளையாட்டில்
கூட்டாஞ்சோற்றின் முதல் பருக்கையை
அவர்களுக்கு அளிக்கிறேன்.

செஞ்சோற்றுக் கடனுக்கு
பாரம் மிகுந்த வைக்கோல் வண்டியின்
அச்சாணிகளைப் பெற்றுக்கொள்கிறேன்.

முன் சுமந்த கால்வலியை நினைவூட்டும்
விளையாட்டுகளைக் குறிப்புணர்த்துகிறேன்.
விளையாட்டிலிருந்து
வெளியேற முடியாத விதிகளை
நீ விதித்திருந்தாலும்
மீளும் வழிகளில்
பயணித்தாக வேண்டும் நான்.
எனவே,
இருபுறமும் எழுந்து நிற்கும்
பாறகளினிடையில்
மஞ்சள் மலர் மிதந்தோடும்
நதியாகிறேன்.

O

தூய மலர்

அவரவர் உறவுகளில்,
அவரவர் அன்புகளில்,
அவரவர் திளைக்கின்றனர்.
எனவே,
எவர் பொருட்டும்
நிற்பதில்லை
எம் அன்பு.

பேரன்பின் சிறு கரங்கள்

உங்களுக்கு மிகவும் வலிக்கிறது.
ஓர் ஓநாயைப் போலவும்,
ஒரு தெருநாயைப் போலவும்,
பிறர் உறக்கம் கெடுமாறு வலியால்
கதறுகிறீர்கள்.

மயக்கமூட்டிகளாலும்,
வலி நிவாரணிகளாலும்,
போராடி மாளாதது ஊடுருவும் ஒவ்வொரு
செல்லிலும்
விரவும் வலி.

உங்கள் கழிவுகளை அந்த நாற்றம் பிடித்த
அலுமினிய ட்ரேயில்தான் வார்க்க வேண்டும்.
வேறு வழியில்லை.

வலியோடு அருவருப்பும் சேர்ந்து கொள்ள
சர்வ சாதாரணமாக ட்ரேயை
வெறுங்கரங்களால் அப்புறப்படுத்துகிறார்,
ஆயா.

அவளுக்கும்
வேறு வழியில்லை!
உண்ண முடியாத பழங்களோடும்,
அருந்த முடியாத பானங்களோடும்,
வந்து பார்க்கும் சுற்றத்தார்க்கு
நோய்க் குறித்து
சொல்லிச் சொல்லிச் சலித்தும் போகிறீர்கள்!

மெல்ல நகர்ந்து வரும் இரவு குறித்தும்,
இரவின் தனிமை குறித்தும், அச்சம் கொள்ளும்
உங்கள்
கண்களை மூடியபடி
உங்களை குணப்படுத்தியபடி
தடவிச் செல்கிறதே!
அது,
காற்றா
தாய்மையா
காதலா
கடவுளா
பேரன்பின் சிறந்த சிறு கரங்களா.

○

இடம்

நீ
அரித்து
உருவாக்கிய
கரையான் புற்றுகளில்
வேறு வேறு காலங்களில்
வேறு வேறு பாம்புகள்
குடியேற விழைகின்றன.

ஆனால்,
கரையானுக்குத் தவிர
வேறு எந்தப் பாம்புக்கும்
இடமேயில்லை.

O

சமாதான தூதுவன்

என் எதிரி வேறெங்குமில்லை.

கைதேர்ந்த சோதனையாளனைப் போல
அல்லது இரவில் வீடுபுகுந்து திருடும்
கள்வனைப் போல
எல்லாவற்றிலும் மூக்கை நுழைத்து
என் வீட்டின் எல்லா அறைகளையும்
நோட்டம் விடும் எதிரி அவன்
ஆயுதங்களேதுமின்றி தனியனாக
எதிர்ப்புணர்வை வெளிப்படுத்துவதை
வட துருவத்தின்
கொடூர விலங்குகளிடம் கற்றுக்கொண்டான்.

வார்த்தைகள் வழி துன்புறுத்துவதை
ஆதித்தாயிடமிருந்தும்
சைகைகள் மூலம் தாக்குவதற்கு
ஆழியினடியில் உயிர்வாழும் நத்தைகளிடமும்,
மௌனத்தின் வழியே வதைப்படுத்துதலை
ஆதிப் பெண்ணிடமிருந்தும்
கற்றுக்கொண்டதாக
சுண்ணாம்புக்கல் பாறைகளில் நீரால்
செதுக்கியிருந்தான்.

எதிரிக்கு என் தேசத்து
நேசத்தை தெரியப்படுத்தவும்,
மீள என்மீது
பலப்பிரயோகத்தை தொடுக்காதிருக்கவும்,
தூய வெண்புறா ஒன்றைப் பரிசளித்தேன்.

புயல்மிகும் ஊழிக்காலத்தின்
இரவொன்றில் நிலவில்
ஓதங்களில் மிதந்து வந்தது,
எதிரி வீழ்த்திய
எம் சமாதானத்தின்
வெண் சிறகு.

O

கடவுள்

நமது வீட்டின்
ஓர் அறையில் பதிவிடுவதை
மறு அறையிலிருந்து
விருப்பக் குறியிடுகிறாய்,
நாம் லட்சிய தம்பதிகள்
என்பதன் குறியீடாய்!

உலகின் எல்லா
அறைகளையும்
பார்த்தபடி விருப்பக் குறியிடுபவராக
இருக்கிறார்,
மார்க் ஸக்கர்பெர்க்.

O

வித்தியாசம்

உச்சத்தில் தலைமுடியைப் பிடிப்பதிலும்
துச்சத்தில் தலைமுடியைப் பிடிப்பதிலும்
உண்டு நிறைய.

விமோசினி

களைப்போடு வருபவர்களின் கையில்
முத்தமிடுகிறாள்;
நீச மொழியில் வசைபவர்களுக்கு முத்தங்களைப்
பரிசளிக்கிறாள்;
விருந்தென வந்தவர்க்கு கூடுதல் முத்தங்களுடன்
பரிமாறுகிறாள்.

காதலனைக் காணவிருக்கும் போது
முத்தங்களை தேக்கி வைக்கிறாள்.
காத்திருக்கும் வேளைகளில்
கூடப்பறக்கும் பட்டாம்பூச்சிகளுக்கு
முத்தங்களைப் பருக்கையாக்குகிறாள்.

நெருக்கடிகளில்
குளமொன்றிலிட்ட ஒரு துளி அமிழ்தென
ஒரே முத்தத்தினால்
பரவசமாக்குகிறாள்.

துயர் தரும்
நண்பர்களுக்கு
முத்தங்களைக் காணிக்கையாக்குகிறாள்.

முத்தங்கள் தடை செய்யப்பட்ட தேசத்தின்
வீதிகளில்
முத்தங்களை விற்றதற்காக
சிறை செல்லும்போதும்,
சக கைதிகளுக்கு
முத்த மழையைப் பொழிகிறாள்.

தண்டனை நிறைவேற்றும்
நாளில்
இறுதி ஆசையென
தன்னைத் தூக்கிலிடுபவனின்
மதுவேறிய உதட்டில்
அழுத்தமாக
ஒற்றை முத்தத்தை
உதிர்க்கிறாள்.
〇

தபுதாராவுக்கு

இவ்வளவு காலமும்
நின் மனக்குகைக்குள்
என்னைப் பொக்கிஷமாய்
பொதிந்து வைத்திருக்கிறாய்.

நீரலையும் ஆழ்மனக்கடல்
மௌனத்துள்
சலனமின்றி நினைவின்
காற்றை
தூர தூர
பிரதேசங்களில் நான் இருப்பினும்,
தூதனுப்பும்
வலம்புரியாகிறாய்.

பெருங்காடொன்றின்
பெரும் மௌனத்தைப் போல,
நம்மிடையில் வந்து போகும்
இடத்தளவிலான பிரிவின்
துயரை
நின் கருவிழிகளால்
மெருகேற்றுகிறாய்.
ஒவ்வொரு விடைபெறுதலின் போதும்,
ஒவ்வொரு கையசைப்பின் போதும்,
ஒவ்வொரு புன்னகைப்பின் போதும்,
வெளிப்படும் அருந்துயரை
கடக்கிறாய் அல்லது
கடப்பது போல நடிக்கிறாய்.

விசித்திர வாழ்வின்
கையறு தருணங்களில்
மாமலை போல்
எதிர் நின்று
பயணம் செய்யக்
கற்றுத் தருகிறாய்.

சட்டென நிகழ்ந்துவிடும்
விடியலைப் போல
பட்டென வெடித்துவிடும் இலவம் பஞ்சு போல
யாருக்கும் சொல்லாது
திடீரென மொக்கவிழும்
மகிழம்பூ போல
உன் அன்பின்
பரிமளத்தை
படர விடுகிறாய்.

நின்
பெருமைமிகு
பொறுத்தருளும் பாங்கினால்,
என்னை உலகறிய
பெருமையாக
உருவாக்குகிறாய்.

வாஞ்சையோடு
திகட்டும் அன்பினால்
மூச்சுத் திணற
மேலும் பேரன்பினால்
என் சுவாசம் நீயென்றாகிறாய்,
சுஜா.

○

கரப்பான் பூச்சிகள் வசிக்கும் அறை

விளக்கொளிர்ந்ததும்
அறையின் ஏதாவதொரு
இடுக்கினை நோக்கி
ஓடுகிறது,
ஒரு
கரப்பான் பூச்சி.

நான்கு கூட்டுக் கண்களால்
நோட்டம் விட்டு
இரவிலும் இருட்டிலும்
இரைதேடும்
ஒன்று வெளிச்சத்திற்குப்
பயந்தோட
ஓராயிரம்
இருளுக்குள்
ஒளிந்திருக்கலாம்.

சமையலறைகளின்,
குளியலறைகளின்,
அச்சுறுத்தலாக இருப்பினும்
தூய்மைக் காவலர்களாக
அறியப்படும் கரப்பான் பூச்சிகள்
மனிதர்களுக்கு
தீங்கு
விளைவிக்கக்கூடுமென
மருந்திட்டுக் கொல்லப்படுகின்றன.

காருண்யத்தின்
ஒளிக்கிரணங்கள்
தழுவாத அறைகளில்
ஒழுங்கற்று இங்குமங்கும்
கண்ணாமூச்சி காட்டி
நடமாடுகின்றன,
மனித உருமாற்றமடைந்த
கரப்பான் பூச்சிகள்.

(ஃப்ரான்ஸ் காஃப்காவுக்கு)

O

உண்பது பாழி...

கடவுள் தேசத்தின்
சாத்தான்களின்
பெரும்பசிக்கு
இரையானான்
மது.

வயிற்றுப்பசிக்குச் சோறிட
கொடுத்த விலை
அவனது உயிர்.

வாழ்வின் விளிம்பிலிருந்து
சாவை மட்டுமே கண்டான்.
கொடூர தாக்குதலில்
இருந்து
மீள
அவனது கைகள்
எத்தனை முறை கூப்பியிருக்கும்;
கண்கள்
எத்தனை முறை
கண்ணீர் விட்டிருக்கும்;
கதறல்கள்
எத்தனை பேருக்கு
கேட்டிருக்கும்.

எளியோரை ஏய்க்கும்
சமூக நோய்க்கூறுகளை
உள்ளடக்கிய
அறிவு ஜீவிகளின்
கடவுளின் தேசத்தில்தான்
நிலத்தின்
ஆதிப் பழங்குடிகளில்
ஒருவன்
ஒருவேளை உணவுக்காக
படுகொலை செய்யப்பட்டான்.

தேவரீர்.
அவர்களை
இந்திர தேசத்து
தேவர்களாகப் படைத்து விடுங்கள்
அப்போதுதான்
அவர்களுக்குப் பசிக்காதிருக்கும்
ஆமென்.

O

பயணம் முடியா பாதை

எங்கே முடிவடையும்
எனத் தெளிவடையாத
பாதையொன்றை
ஒரு பறவையின்
நட்புடன் தேர்ந்தெடுத்தேன்.

ஓணான் கொடிப் பூக்களும்,
ஆவாரம் பூக்களும்,
பாதையின் இருமருங்கிலும்
வழிகாட்டி மலர்ந்திருக்க,
முடிவடையாப் பாதையில்
பயணத்தைத் தொடங்கியிருக்கிறேன்.

நாற்பத்து நான்கு கடல்களில்
நாற்பத்து நான்கு வழிகளில்
இந்தப் பாதை ஊடுருவிச்
செல்லுமென
உண்டித் தாத்தா வீட்டுக்
கிழவி சொல்லியிருந்தாள்.

திடீரெனக் கிளைபிரியும்
இப்பாதை கண்டு
இராபர்ட் ஃப்ராஸ்ட்
திகைத்ததைப் போல
திகைக்கவில்லை நான்.
தேர்ந்தெடுக்கும் பாதையைவிட,
தேர்ந்தெடுக்கா பாதைகளின்
வசீகரம்
இழப்பின் வலியை
நினைவூட்டுகிறது.

தூரத்து மலைப் பிரதேசமொன்றில்
நீயிருப்பதாகப் பால்ய தோழி
சொல்லியிருந்தது நினைவில் வர,
பாதையை வேறு பக்கம்
திருப்பிக் கொண்டேன்.

திருப்பிய பாதையும்
முடிவடையாமல் போய்க்
கொண்டேயிருக்க...
இந்த கணம்
போய்க் கொண்டேயிருக்கிறேன்;
முடிவடையாமல்
போய்க் கொண்டேயிருக்கும்
முடிவடையாத பாதையில்.

பிணி நினைவில்...

வலியைப் போல சிறந்த
அனுபவமொன்றை
தரிசனம் செய்ய துயில்கிறார்.

நனவிலியில் தேகத்தின்
சிறந்த உறுப்பொன்றை
நீக்கும் அறுவை சிகிச்சைக்கு
தயாராகிறார்.

உணர்விழப்பாளரிடம்
அவர் கெஞ்சிக் கேட்டுக் கொண்டதற்கிணங்க
சிறு உலோகக் கம்பியின்
கூர்முனையை
லாவகமாக
உடலின் உட்செலுத்துகிறார்.

சுழலத் தொடங்கும்
அறுவை அரங்கமும்
நழுவிச் செல்லும்
மனிதர்களுமாக
நகர்கிறது காலம்

உணர்விழப்பில்
ஒளிமிகுந்த அறை
இருளத் துவங்க
ஆலமர விழுதுகளில்
ஊஞ்சலாடிய பொழுதுகளை
எண்ணத் தொடங்கியிருந்தது, மனம்.

○

இருவர்

இந்நீதிமன்றத்தின்
எல்லாக் கதவுகளையும்
அடைத்துக்கொண்ட
காற்றின் பிடியில்
ஊசலாடத் தொடங்குகின்றன,
அவர்களின் புகைப்படங்கள்

வாத பிரதிவாதங்களின் போது
மௌனத்தின் ஒலியை
இசையவிட்டு
புன்னகைக்கின்றனர்.

வாழ்வின் இருண்மையை
நீதிமன்றத்தின் ஒரு
மூலையில்
இறுதித் தீர்ப்புரை
ஒளித்து வைத்திருந்ததை
அறியாத அவர்கள்
தங்கள்
மூக்குக்கண்ணாடிகளை மட்டும்
புகைப்படச் சுவரிலேயே
தொங்க விட்டுவிட்டு,
தத்தம் புகைப்படத்திலிருந்து
இறங்கி
நீதிமன்றத்தை விட்டு
வெளியேறுகிறார்கள்.

ஒருவர் முன்வாயில் வழியே;
ஒருவர் பின்வாயில் வழியே.

மகிழம் பூவின் மணம்

பெரிதாக சொல்லிக் கொள்ளுமளவுக்கு என்னிடம்
எந்த எதிர்பார்ப்பும் இல்லை,
உங்கள் அன்பைத் தவிர.

நீங்கள் என்மீது கோபங்கொண்டு
தாக்கியதில் சிதிலமடைந்த
சிற்றுடலின் நிலைகண்டு நானழுத
நீங்களுழுத நாளை
நம் பிள்ளைகள்
இன்று நினைவூட்டியது குறித்து
உங்களுக்கு கவலைகள் இருப்பின்,
“அதை நான் பார்த்துக் கொள்கிறேன்”

வேறு எந்த வகையிலேனும்
உங்களை வசீகரிக்கும்
வல்லமை என்னிடமில்லை,
எனதன்பே
உங்கள் மனைவியாக இருப்பதைத் தவிர.

வேரறுந்த பெருமரமாக
நீங்கள் இருந்த போது
நீரருந்த நீங்கா நிர்தாட்சண்யமாக
நெருங்கி வந்தவள் நான்!
உங்களுக்காக இல்லையெனினும்,
எனக்காக உங்களை என்றென்றும்
நேசித்துக் கொண்டேயிருக்கும்
உள்ளத்தை எனக்குத் தந்தமைக்காக
சிறு நன்றியைத் தெரிவித்துக் கொள்கிறேன்.

சரி
இன்றிரவு
நீங்கள்
வீட்டுக்கு வருவதாகச் சொல்லியிருக்கிறீர்கள்!
உங்களுக்குப் பிடித்த
தக்காளி சாதமும், ரெய்த்தாவும்
செய்து காத்திருக்கட்டுமா.

மலட்டுச் செவிகளிடம் பேசுபவர்கள்

அடையாளத்தைத் துறந்தவனின்
அழுகுரலென திசையெங்கும்
பெருங்கேவலெடுத்து ஒலிக்கின்றன.
நொடிதோறும் தாக்கப்படும்
விளிம்பு மனிதர்களின் குரல்கள்.

அடையாளம் இன்னதென்று
அறியாத குழந்தைகளுக்கான
பாடல்களை விசிப்பலகைகளில்
சுமந்து திரிகிறான், நீல உடையணிந்தவன்.

ஒவ்வொரு முச்சந்தியிலும்
மலட்டு செவியுடையோர்
ரசிக்கிறார்கள்,
தலையை ஆட்டியபடி.

காயடிக்கப்பட்ட கண்களுடையோர்
பார்க்கிறார்கள்,
விரிந்த விழிகளுடன் வியந்தபடி.

பலகீன மனமுடையோர்
பாவம் அவர்களென
பாசாங்கிக்கின்றனர்.

ஓங்கிய குரலுடையோர்
குரலுயர்த்தி உயர்த்தி
ஓய்கின்றனர்.

ஆனாலும் ஒன்றும் மாறவேயில்லை.
◯

நகர வெப்பத்தீவுகளில் பொம்மை விற்பவன்

குளிர் வேண்டி ஒவ்வொரு
குற்றிரவையும் கடக்க முயற்சிக்கிறான்
பனைக் காடுகளில்
பால்யத்தை நட்டவன்.

போர்வையென
வெறும் வெப்பத்தை மட்டுமே மூச்சின்
கழிவாக வெளியேற்றுகிறது,
இம்மாய நகரம்.

நகர் வெளியின் பொய்மையை
புறநகர்தோறும் மெய்யாக்கும் வசீகரங்களை
வியந்தவாறே
படுக்கையை ஈரமாக்குகிறான்,
இன்னும் பால்யத்தைக் கடக்காத சிறுவன்.

நகர மறுக்கும் வாகனங்களும்
நகர்ந்து கொண்டேயிருக்கும் வெம்மையின்
பேரிறகுகளும்
பெரும் புயலொன்றிற்குப் பிறகும்
பிரம்மாண்டமாக வீற்றிருக்கும் மரங்களை நோக்கிப்
பருந்துகளாய்

வெக்கையின் தாக்கம்
நீக்கவென மால்களும்
தங்கள் செந்தனலெரியும்
நாக்குகளை நீட்டியழைக்கின்றன.

கோடான கோடி வருடங்களுக்குப் பிறகு
ஈரத்தை நேசித்த நகரத்திற்கு தனது
முதல் பருவ மழையைத்தர வாரம்பித்திருக்கிறது
வானம்.

நனையுங்கள் வெப்பத்தின் துளிகளில்,
ஆடுங்கள் வெம்மையின் பாடல்களில்,
இலயியுங்கள் குழந்தைகளில் உருவாகும்
கொப்புளங்களில்...

இச்செய்தி கேட்டு
நகரெங்கும் குளுமையூட்டும் பொம்மைகளை
விற்பவர்களிடையே
யாரும் வாங்கவிரும்பாத
ஓர் ஒற்றைப் பனைவிசிறியை
கூவி விற்றுக் கொண்டிருக்கிறான்,
அவன்.

○

தபுதாராவின் புன்னகை

மிகுந்த சோம்பலான மாலைப்பொழுதை
ரம்மியமாக்குகிறாய்,
உன் புன்னகையால்.

உன் கள்ளமற்ற சிரிப்புக்கு
அந்திப் பறவைகள் கூடடையாமல்
கீழிறங்குகின்றன.

குரலசைவு கேட்டுப் பறந்தோடி
வருகின்றனர்,
மிதிவண்டியோட்டும்
நம் குழந்தைகள்.

மாலைத் தேனீரை
மறுக்காது அருந்துகிறேன்
கூடவே உன் புன்னகையையும்.

எந்தப் பரிசளிப்பும்,
எந்த அன்பளிப்பும்,
எந்தப் பதவியும்,
தராத திருப்தியை
தபுதாராவின் புன்னகை
தந்து விடுகிறது.

மலர்தலும் மலர்தல் நிமித்தமுமாய்
ஒவ்வொரு மாலையும் மலர
மகிழ்வாயிருக்கிறதென் வாழ்வு.

ஒற்றை சொல்

ஒரு நீர்க்குமிழி உடைபடும்
வினாடியில் நீ என்னைப் பிரிந்திருக்கிறாய்!

நமது பிரியங்கள் குறித்த
நம்பிக்கையின் கடைசி வார்த்தையும்
வெற்று வானத்தில்
கரைந்து போனது.

உறவற்ற ஒரு பொழுதினை
உறவின் நினைவுகளோடு
கழிப்பதன் துயரம்
உணர்விழந்த அன்பினை
உணர்வோடு பிரிவதன் வலி
எல்லா எதிர்பார்ப்புகளும்
ஏதுமற்றுப் போவதன் துன்பம்
உன் பிரிவில் நிகழினும்
என் ஒரு சொல்
உன்னை மீண்டும்
என்னிடம் கொண்டு சேர்க்கும்,
சுஜா.

O

அரளி

கண்ணாடிப் பெட்டியில்
வழிகின்ற திவலைகளாகவும்
எண்ணவியலா நட்சத்திரங்களாகவும்
ஒளிர்கின்றது, இச்செய்தி.

பார்வைகளுக்கிடையேயான
பரிதாபம் குறித்தும்,
ஏக்கம் குறித்தும்,
துக்கம் விசாரிக்க வந்தவன்
அழிவின் சாராம்சம் குறித்தும்
தூதனுப்புகிறான்.

யானைப் பாறையின்
குறுகிய வளைவிலிருந்து
நீண்ட மூங்கிலில்
உறக்கம் கலைந்தவனாய்
சவப்பெட்டியிலிருந்து
குழிக்குள் இறங்கி
தனக்குத்தானே
மண்ணை நிரப்பிக்கொள்ள...
இடுகாட்டின் ஈசான மூலையிலிருந்து
உதிர்கிறது,
ஓர்
அரளி மலர்.

மழை வனம்

சட்டென்று நிறம் மாறும்
விசும்பினின்று
வீழத்தொடங்குகின்றன
துளிகள்.

குளிர்ந்த வனத்தின் மலை மடுவெங்கும்
ஆகாசப் பெருவெளியில்
தன் சாகசங்களை நிகழ்த்தவிருக்கிறது மழை.
மழையின் தாளகதிக்கு தனது
பரிவாரங்களை அனுப்பும் வனம்.

இலைகள் மடல்கள் தழைகள்
ஈரமும், ஈரம் தெறித்த
தூறலுமாக
தனித்து நின்ற மரமொன்றின்
எல்லாப் பகுதிகளிலும் முத்தத்தைப்
பதித்தபடி பயணிக்கிறது, மழை.

முத்தச் சாரலின் வன்மையில்
மூழ்கிய வன ஜீவன்கள்
மழையை வெற்றி கொள்ளவும்
மழைக்கும் வனத்திற்குமான
போரை வலுக்கவும்
மழையின் வசீகரத்திற்கு
வளைந்து கொடுக்கலாயின.
சட்ட் சட்ட் தடத் தடத்...
சட்ட் சட்ட் தடத் தடத்...
சட்ட் சட்ட் தடத் தடத்...
ஓய்ந்த மழையும்,
காய்ந்த வெயிலுமாக
சிலிர்த்துக் கிடக்கிறது வனம்.

O

உறக்கம் 1

*ஒரு யோகாசன ஆசிரியன்
சொன்னான்:
இடக்கை மேல் தலைவைத்து
ஒருக்களித்து
வலக்கையை தொடைமேல் வைத்துப்
படுத்தால் நன்கு உறங்கலாமென.*

*கல்குகைகளில் மரப்பொந்துகளில்
ஆதிமனிதனின் உறக்கம்
நாடோடிகளாய்த் திரிந்த
மேய்ப்பர்களின் உறக்கம்
பாறைகளின் அடியில் கற்படுக்கைகளில்
சமணர்களின் உறக்கம்
பஞ்சுப்பொதி மெத்தையில்
மன்னர்களின் உறக்கம்
பொருளீட்டும் பொருட்டுக் கவிபாடிய புலவர்களின்
அயலார் திண்ணை உறக்கம்
பிரிந்து சென்ற தலைவனை எண்ணி உறங்கும்
தலைவியின் உறக்கம்
சாலையோரங்களில் சொல்லவே முடியாத
வடிவங்களில்
பிச்சைக்காரனின் உறக்கம்
விடுதிகளில் கால்களை அகல பரப்பியவாறு
எழுந்திருப்பவர்களின் உறக்கம்
அளவுகடந்த குடிகாரர்களின் உறக்கம்*

இப்படி
உறக்கத்தின் வகைமைகளை,
உறங்கும் முறைகளை,
உறக்க அசைவுகளை,
உறங்கும் பொழுதில் எழும்
கனவுகளை நிகழ்வுகளை
தெரிந்திருந்தும்
இடப்புறம் ஒருக்களித்து
தன்னிரு கரங்களையும்
தொடைகளிடையில் மறைத்துக் குறுகி
ஒரு பந்தைப்போல
உறங்கும் சிறுவனொத்து
உறங்க முடிவதில்லை ஒருநாளும்.

O

செவிச்செல்வம்

அனைவரிடமும் பேசும்போது என்னிடம்
யாரும் பேசுவதில்லை;
யாரிடமும் பேசாத் தனிமையில்
அனைவரும் என்னிடம்
பேசுகின்றனர்.

சில்வண்டுகள் இரையும் இரவில்
மரங்களில் மறைந்தவாறு
ஆந்தையின் கண்களிரண்டு காதருகே
கதறுகின்றன
கேட்டறியா இசை வடிவங்களில்
கேட்டறியாப் பாடல்களை

வைகறைப் பொழுதில்
தாழைப் புதரில் கூடலில்
இழையும் சர்ப்பங்கள்
பாடிச் சீறுகின்றன

தனிமையின் போது
உண்மையில் மௌனம் என ஒன்றுமில்லை

இதுவரை கேட்டிராத
குரல்கள்
ஒலிகள்
சப்தங்கள்
இரைச்சல்கள்
ஓசைகள்
மெல்லிசை
கேட்டுக்கொண்டேயிருக்கிறது
கேட்கத்தானே காது

தொடர்ந்து பத்து நாட்கள் அளவிற்கதிகமாகக்
குடித்துவிட்டு
உடனே விட்டுவிட்டால்
இவர்கள் வந்துவிடுகிறார்கள்
உறங்க நேர்கையில் உறங்க விடாமல்
$insomnia$வின் சகோதரர்களாக
கவிதை பாடுகிறார்கள்
கதைகள் சொல்கிறார்கள்
அழுகிறார்கள்
அழுது புலம்புகிறார்கள்
கேள்வி கேட்கிறார்கள்
இறைஞ்சுகிறார்கள்
வசைமொழிகிறார்கள்

இரவின் நீட்சியில்
பெயர் தெரியாப் பறவைகள்
விடியலை ஒலித்துச் செல்லும்போது
தூரத்து தேவாலயத்தில் கோயில் பிள்ளை
வெண்கல மணியை
ஓங்கி ஒலிக்கிறான்.
மணியோசை கேட்கிறதா 'சுஜா' என்றேன்
எதுவும் கேட்கவில்லை என்றாள்.

எனக்குக் கேட்டுக்கொண்டேயிருந்தது
"காதுள்ளவன் கேட்கக் கடவன்" என
ஆமென்.
◯

அக்னி நட்சத்திரம்

கோடையின் உக்கிரம் போல்
வலி உச்சமடைய
பித்தம் கொண்டலைகிறது
மனப்பூ.

கிள்ளை

கை விலங்கும் முறிந்த சிறகுமின்றி
கூண்டிலிருந்து வெளியேறவும் உட்செல்லவும்
பழக்கப்பட்டிருக்கிறது,
இந்தக் கிளி.
பழக்கொட்டைகளே கொடை
பட அட்டைகளே வாழ்க்கை
வருவோர் போவோர்
கொஞ்சும் கிளியை
தாவா தத்தையை
வாஞ்சையுடன் தடவிக் கொடுக்க
கிளியொன்றும் அவ்வளவு பரிதாபமாக இல்லை.
நல்லவையும் அல்லவையும்
நாலாவித அட்டைகளிலிருந்து
எடுத்துக் கொடுக்கும்
பேசாக் கிளியின் பேசும் பொருளுணர
ஜோசியக்காரனுக்கு மட்டுமே
வாய்க்கப்பட்டிருக்கிறது.

O

பறவையை நேசித்தல்

தன் வீட்டு முற்றத்தில்
பறவைகளுக்கான சிறு
தானியங்களைப் பரப்புகிறான்.
அரவமற்ற பொழுதுக்கு
காத்திருந்த பறவைகள்
வலசை போதலாக
தானியங்களைக் கடந்து போகின்றன.

செய்வதறியாத அவன்
பிராணி வளர்ப்பு மையமொன்றில்
பறவைகளைத் தன்வசப்படுத்தும்
கலையைக் கற்றுக்கொள்கிறான்.
பின்னும், அவனிடம் பறவைகள்
நெருங்குவதாக இல்லை.

பறவைக் கூட்டங்களை எப்போதும்
தன்னுடனே அழைத்துப் பறக்கும்
ஆடையற்ற துறவிகளிடமும்
வித்தைகளைக் கற்றான்.

பயனொன்றுமில்லை.
பாலைவனமொன்றில்
நீரருந்தும் பறவையின் விசேடமறிந்து
நீர் நிரம்பிய கிண்ணங்களோடு
காத்திருக்கிறான்.

உண்ணவும் அருந்தவும்
பறவைகளின்றி கிடக்கின்றன
அவனது வெறுமை நிரம்பிய கணங்கள்.

வேறு வழியேயில்லாமல்
தானாகவே நேசிக்கத் தொடங்குகிறான்,
அவனுக்கான பறவைகளை.
அன்றிலிருந்துதான் அவனுக்குச்
சிறகுகள் முளைக்கத் தொடங்கின.

பிரியை குறித்து அவளது அறைவாசிகளுக்கு

என்ன சொல்லி அள்ளுவது
இழந்த காலங்களை
இதோ உங்கள் அறையின்
நாற்புறச் சுவர்கள்,
முப்பெரும் அலமாரிகள்,
இரு சிறு பலகைகளுக்குள் என்னை
அடைத்து வைக்கும்படியான சாத்தியம்
உங்களுக்கு நேரவில்லை.

வெவ்வேறு வகைப்பட்ட
சூசகமான சூழலில் இருந்தோ,
ஒரே வகை சூழலில் இருந்தோ,
இவ்வறைக்குள் நீங்கள்
வந்திருக்கலாம்.
ஆனால்,
ஒரே வகைப்பட்ட உறவின் பரிபூரணத்துவம்
உள உடல் ரீதியில் ஒருங்கே நிகழப்பெற்றதை
நீங்கள் சற்றும் அறியாது வாழ நேர்வது குறித்து
பெருந்துக்கம்

உங்கள் தலைக்கு மேலே சுழலும் மின்விசிறியின்
பளபளப்பான பகுதியில் கலவியின் பிம்பமதைப்
பார்த்தவாறே கூடி முயங்கிய காட்சிகள்
இன்று வெற்றிடங்களில் மிதக்கின்றன.

ஆனந்தத்தில் கலந்தொழுகி
அவனது சுழித்த உதடுகளில்
குவிந்து மொட்டவிழ்த்த
உதட்டிடை திரவத்தில்
பின்னிய பாம்புகளாய்
ஊனுடல் உறைய
அவள் நீங்கிச் சென்றாள்.

இறந்த அவனது உடலை அவன் தூக்கிக்கொண்டு
தொலைக்காட்சிப் பெட்டியின் எதிரே கிடந்த
வெறுமையான இருக்கைகளிடமும்
அறையை விட்டு வெளியேறி வாசலில்
தொட்டியில் நட்டிருந்த குரோட்டன்ஸ்களிடமும்
சொல்லிவிட்டு
விடுதியின் கண்ணாடிச் சில்லுகள் பதித்த
மதிலேறி ஆகாயம் நோக்கி,
"ஞாலம் யாவும் உள பொருட்டே
என் நேயம் உலவட்டும் உன் கருவிலே"
எனக் கூவி மறைந்தான்.

இன்று மட்டும் இந்த அறையில்
மௌனம் காக்கவும்.

☾

வாழ்வும் சாவும்

சிற்றெறும்புகளால் சிதைக்கப்பட்ட
பல்லியொன்றின் மரணத்திற்குமுன்
இரையான பூச்சிகள் மகிழ்ச்சியுடன்
பேசிக்கொண்டன!
பல்லி இறந்து விட்டதென
கூச்சம் சற்றே மிகைகொள்ள
அசையத் தொடங்கியது, பல்லி.
பல்லக்கைப் போலன்றி,
உயிர்ப்பில் மிதக்கும்
படகு போல.

O

மகளைத் தொலைத்தவன்

ஒளிரும் இருளைத்
தன் நடைவண்டியில் ஏற்ற
சிரமப்படுகிறாள்,
சிறுமி.

வழிப்போக்கியொருத்தி
சிறுமியின் சிரமங்கண்டுதவயெண்ணி
நெருங்க
நகர்கிற
வண்டியிலிருந்து
காணோம்,
சிறுமியையும்
இருளையும்.

கருணையின்
கருங்கரங்களிலிருந்து
நீண்ட நிழலாய்
பிரகாசித்தன,
ஆதித் தந்தையின்
அழும் கண்களிரண்டு.

யாவர்க்குமாம்

உங்களிடமிருந்து மறந்துவிட
உலகளவு உள்ளன.

ஒரு பசும் விளை
வேளாண் நிலத்தை
மலடாக்கும் உத்தி,
ஒரு நிறை சூலியை
பிரசவிக்க விடாத வன்மை,
ஒரு நீர்மிகு நதியை
காயடிக்கும் குரூரம்,
ஒரு பசியை ஆற்றாத பகைமை
தாகம் தீர்க்கா தன்மை
உயிர் வளியை நஞ்சாக்கும் கயமை
ஆனாலும் விதைக்கிறேன்.
யாவர்க்குமாய் எனதன்பை,
என்னிடமிருந்து நீங்கள்
நினைவு கொள்ள வேண்டியது
ஒன்றேயென.

O

வீடு திரும்புதல்

ஊர் முடிந்து நீளும்
ஒற்றையடிப்பாதையில்
ஒதுக்குப்புறமாக
காகங்கள் கரைய
இலுப்பைப் பூக்களின்
நாற்றத்துடன் மலர்ந்து
கிடக்கிறது, மயானம்.

பிணங்களின்மீது
போர்த்திய மாலைகளில் இருந்து,
பட்டுப்போன மரங்களில் இருந்து
உதிர்கின்றன மலர்கள்.

தொட்டுவிட்டு கடக்கையில்
ஒட்டிக்கொண்டே வரும்
நாயுருவியைப் போல
மனம் முழுதும்
மரண வாடையைக் கொண்டு
வீடு திரும்புகிறார்கள்.

மயானத்திலிருந்து சடங்குகளை
முடித்தவர்களுக்கு
குளிக்கவென ஆறொன்று உண்டெனினும்
அதில் நீரில்லை.

வற்றிய நதியில்
முற்றிய பிணி உடலின்
நெகிழியில் கொணர்ந்த
இருபது லிட்டர் நீரோடு
நீராடல் முடிந்தபின்
தெருவோரத் தாழ்வாரங்களில்
மரணத்தின் வாடையைக் கழுவித் தள்ளிய
மங்கல மகளிர்
விளையாடும் குழந்தைகளிடம்
இறந்த பாடகனின் குரலைப் போல
பறவைகளின் ஒலிகளைக் கேட்டதாகக்
குலவையிட்டார்கள்.

பறவைகளைப் போலவே
பறந்தவாறும்;
பறவைகளைப் போலவே
சப்தமெழுப்பியவாறும்;
பறவைகளின் ஒலிகளை
மயானத்திலேயே விட்டுவிட
குழந்தைகள் புறப்படுகிறார்கள்
மீண்டும்.

ஒலிகள் அற்று
காத்திருக்கிறது, மயானம்.

◯

அந்தி

மேகம் போகும்
வானம் இறங்கி
வேகும் வெய்யிலில்
ஒழுகும் வெம்மையில்
ஒரு தார்ச்சாலையும்
ஒற்றை மரமுமாய்
நீள்கிறதென்
இன்றைய பொழுது.

O

செருப்புத் தைப்பவர்

சூரியன் வந்த பிறகு
சூடான தேநீர் அருந்திவிட்டு,
பழைய அந்தச் சாக்கு மூட்டையிலிருந்து
ஒவ்வொரு ஜோடியாக எடுத்து வைக்கிறார்.

நடைபாதையிலும்
தார்ச்சாலையிலும் வருவோர் போவோரின்
கால்களையே
பார்த்துக்கொண்டிருக்கிறார்,
கொக்கைப் போல.

குத்தாணியும் தைக்கும் லினென் நூலும்
இரும்பினால் ஆன ஒருவகை மனையும்
பாலீஷ் டப்பாக்களும்
(பொதுவாக பிரவுன் மற்றும் கறுப்பு)பிரஷும்
அவரது கடையை
கதையை அலங்கரிப்பவை.

செருப்பைத் தைத்துக்கொள்ளவோ,
பாலிஷ் போட்டுக்கொள்ளவோ,
யாரும் வராத சமயங்களில்
பழைய செருப்பின் சோடிகளே
பாக்கியவான்கள்.

நாவல் பழங்களைக் கண்களாகப் பெற்ற ஒருவன்
இப்போது வந்து சேர்ந்தான்
ஒரு ஜோடி பழைய பூட்சுகளோடு
செருப்புத் தைப்பவர்
கால்கள் நுழைய வேண்டிய பூட்சுகளில் ஒன்றில்
வலக்கையை நுழைத்துக்கொண்டார்
இடக்கை பிரஷும் பாலிஷுமாக
இயங்க
பளபளப்பாகிக் கொண்டிருந்தது,
அவரது முகம்.

மாயோன் மேய

நீலக் காடை முட்டைகளை
விழுங்க வரும் நாக நாவில்
கருக்கொள்ளும் கானகம்.

கபாலம் வெடித்துப் பறந்த
காயா மலர்கள்
மிலேச்சர்களின் கையில் அம்புகளாய்
மீந்த இரைகளை
கானகத்தின் கற்கோவிலின்
மரக்கலசங்களில் சேமித்தார்கள்.

நாக உடலொத்த கன்னிகைகள்
குளித்தேறும் தடாகத்தில்
சங்கு மலர்களின் நீலம் விரவிய
தொடைகள் முறுக்கியபடி
பிழிந்த பிசிறு விந்து,
ஆயிரம் ஆயிரம் தாமரைகளாக.

ஆதி யாழை மீட்டிய
ஆலிலை அரங்கன் கார்ப்பருவத்து
மாலைப்பொழுதில்
மாய மான்கள் மேய்ந்திடும்
புல்வெளிகளில் காவலிருந்தான்.

கானுயிர்க்கெல்லாம் தாகமடக்கும்
காட்டாறு இறந்த விலங்குகளின்
சடலங்களை இரு கரையிலும்
ஒதுக்க
ஓடும் நதியில்
ஒற்றைப் புழுவுடன் தூண்டிலிட்ட
இடையனை ஆற்றுக்குள்
இழுத்துக் கொண்டன, மீன்கள்.

குழூஉக்குறி பேசும் கானக மகளிர்
தொய்யில் எழுத தம் காதலர்களைத்
தேடினர்.
இருத்தல் நிமித்தம்
ஈரம் கசியும்
கரும்பாறைகளாகத் தம்
சிற்றுடல் உருக்கொள்வதை
நிதம்பக் கசிவிலும்
மூங்கிலிழை மார்புக் கச்சைகள்
முடிச்சவிழ்வதிலும் கண்டார்கள்.

ஒளிக்கொன்றை மலர்கள்
உதிர
கொடிமுல்லை மலர்களை
மாலையாக அணிந்த
நீலமணி நாகமொன்று
கானகத்தின் யாவற்றையும் விழுங்க
மேய்ச்சல் புல்வெளியுமின்றி
மேய ஆநிரைகளுமின்றி
கானகம் விட்டு வெளியேறுகிறார்கள்,
ஆய்ச்சியும் இடைச்சியும்.

மல்லிகா அக்காவும் பாம்பும்

அன்று கனவில்
மல்லிகா அக்கா உணவூட்டிக் கொண்டிருந்த
பாம்புகள் அனைத்தும் வாலால் முன்னோக்கி
ஊர்ந்தன

பாம்புகளை செல்லப் பிராணிகளாக வளர்க்கும்
அக்காவின் வசீகரமோ,
பாம்புக் குட்டிகளின் வசீகரமோ,
நீருக்கும் பாறைக்குமான
ஈர உறவினைப் போல்
இரட்டை நாக்குகளாகியிருந்தன.

பாம்புகளுக்கும் அக்காவுக்குமான பிரத்தியேக
சங்கேத மொழியை
பாறையில் செதுக்கிக் கொண்டிருக்கும் பாம்புகளை
வருடிக் கொண்டிருக்கிறாள், அக்கா.

பாம்பினத்தின் பேருருவாய்
பாறை மீதமர்ந்திருக்கும்
அவளது கழுத்தைச் சுற்றிய பாம்புகளில்
உலகின் முதல் தோட்டத்திலிருந்து
உலகின் முதல் பெண்ணுக்கு
தீதின் நன்றின் முதல் கனியை
உண்ணக் கொடுக்க
உலகின் முதல் பாம்பைத் தேடினாள்.
அது அவளைத் தீண்டியிருந்தது,
ஏற்கனவே.
O

மழை புத்தர்கள்

பெய்து கொண்டிருந்த மழையில்
நனைந்து கொண்டிருந்த புத்தரை
அன்றுதான் கண்டேன்!
வண்ணக் கூழாங்கற்கள்
அலங்கரிக்கப்பட்ட நீரூற்றின் நடுவே
செண்பக மலர் நிறத்தில்
நனைந்து கொண்டிருந்தார்.

எதிரே கலம்காரி புடவையில்
தன் சாந்தம் தவழும் முகத்தை
அச்சிட்டு அணிந்து செல்லும்
பெண்ணைக் கண்டு
ஆனந்தக் கண்ணீர் மல்கி
பெய்து கொண்டிருந்த மழையில்
நனைந்து கொண்டிருந்த புத்தரை
அன்றுதான் கண்டேன்.

◯

நனைதல்

சிட்டுக்குருவிகள் அமரும்
திண்ணையில்
திரைவிலக்கிப் பார்க்கும் பொழுதில்
ஒளி பரவும் தடத்தில்
இருளின் பாதை அகல
துர்ப்பயணத்தின் வழி நிறுத்தம் ஒன்றில்
சுமைதாங்கிக் கல்லின் அடியில்
உண்டது போக மிச்சத்தை
எறும்புகளுக்குப் பரிசளித்தேன்.
ஊர் எல்லைக் காவல் தெய்வம்
அப்பத்தா சூலத்தில்
மூன்று எலுமிச்சம் பழங்களை
மட்டும் எடுத்துக் கொண்டு,
வீட்டுத் திண்ணைக்கு வந்தேன்.
வருடத்தின் பருவம் தப்பிய
முதல் மழைத்துளி
வருடிய சிரசை சிலுப்பிக் கொண்டேன்.

○

இயல்பு

பழைய பழக்கம்
புதிய பொருளுடன்
கைவர
மறுக்கும்.

O

கோடை மழை

கார்த்திகை கர்ப்பமூடத்தில்
உறைந்த மௌனத்தை
பனித்துண்டங்களாக்கி
கூந்தலென்னும் மேகத்தில்
சூடிக் கொண்டாள்,
சூலிப் பெண்.

முதுவேனிலில்
ஒரே கொத்திலிருந்தும்
உதிர்க்க இயலா
தீக்கொன்றை மலர்களை,
மஞ்சள் சரக்கொன்றை மலர்களை,
மார்பகங்களில் சூடிக்கொண்டாள்.

கடுங் கோடையை உணர்த்த வரும்
பறவைகளின் இல்லாமை கண்ட
வேடன் குதிரைக் குளம்பொலியன்ன
வெடிப்புற்ற நிலத்தில்
காட்டு எலிகளை வேட்டையாடுகிறான்.

நாள்பட்ட
பட்ட மரமொன்றின் முறிவுச்
சப்தமென வலிமையான
இடியைத் தாங்கி நிற்கிற
செம்புலத்தில்
எப்பொழுது
ஒருதுளி வீழுமென
சற்றே விசனத்துடன்
காத்திருக்கிறாள்,
கோடைப் பெண்.

○

பந்து விளையாட்டு

நம் விளையாட்டுக்கென
இரப்பர் பந்துகள்
வாய்க்கப் பெறாத காலங்களில்
சுருட்டப்பட்ட காகிதங்களும்,
உருட்டப்பட்ட கந்தல் துணிகளும்,
பந்துகளாயின.

குழந்தைகளுக்கென
இப்பொழுதோ எண்ணற்ற
இரப்பர் பந்துகளை
வாங்கிக் குவித்தாயிற்று.

நம்மை பந்துகள்
விளையாட அனுமதிக்காதது போலவே,
நாமும் குழந்தைகளை
விளையாட அனுமதிப்பது இல்லை.

கந்தல் நினைவுகளும்,
காகிதக் கிறுக்கல்களும்,
விளையாடிக் கொண்டிருக்கின்றன.
நம்மையும்,
குழந்தைகளையும்,
மீட்சியுறும் இரப்பர் பந்துகளாக்கி.

O

புகைப்படக்கருவியும் புகைப்படக்காரனும்

இன்றிலிருந்து ஈராயிரம்
ஆண்டுகளுக்கு முன்
ஒரு புகைப்படக்கருவியை
ஒரு புகைப்படக்காரனிடம் வாங்கினேன்.
அவனது உன்னதம் மிகுபொருள்களில்
அதுவும் ஒன்று;
ஓசை நாற்றத்தின் மூலமாக
கண்ணிழந்தவன்
உலகை தரிசிப்பது போல,
அந்தக் கருவியின் வாயிலாக
வாழ்க்கையை வாழ்ந்துகொண்டிருந்தான்.
ஓர் அனிச்சைக் கணத்தில் அக்கருவியை
ஒரு பிசாசிடம்
சொற்ப தொகைக்கு விற்றுவிட்டேன்.
மீட்கமுடியாத இக்கணத்தில்
பதிலியாய் கொடுப்பதற்கு
ஒன்றும் இல்லாத நிலையில்
திரும்பத் திரும்பக் கேட்டும்
திருப்பித் தரவே முடியாமல் நானும்,
வாங்கவே முடியாமல் அவனுமாக.

(கண்டராதித்தனுக்கு)

O

மீட்பின் வலி

அவனது சந்திப்புக்கு முன்னர் படைத்த கவிதைகள்
அவனுக்கு சம்மந்தமில்லாதவையென
அவளது வீட்டிலேயே
நெருப்புக்கு வார்த்தான்.

நல்லவேளை அவன் அங்கு இல்லை.
எரிந்த கவிதைத் தாள்களில்
தெரிந்த வரிகளின்,
முறிந்த வார்த்தைகளின்,
எழுத்துகளின்,
கருகும் மனத்தையும்
கதறும் ஓலத்தையும்
காண கேட்க அவன் அங்கு இல்லை.

கறுத்த மெல்லிய ஏடுகளாய்
சாம்பல் வண்ணப் பறவைகளாய்
பறந்த கவிதைகளைப் படித்தவாறே
பறந்தது காலம்.

மிச்சமிருப்பனவற்றையும் அவனறியுமாறே
செம்பொன் பெட்டகமொன்றில்
புதையலென வைத்திருந்தான்.
அடுத்த தலைமுறைக்கெனக் காட்டவிருந்த
பெட்டகமும் சுய நினைவிழந்த
நோயுறு சமயமொன்றில்
காணாமல் போயிருந்தது!

கவிதைகள் காணாமல் போதலென்பது,
குழந்தைகள் காணாமல் போதல் போல.
அருந்துயர் நேர்ந்த
கருவிலிருந்து
அரும்பிக் கொண்டேயிருக்கின்றன.
அன்றெழுதியவை இன்றெழுதியவை
இழந்தவை
இழந்த அவனது காலம் போல.

O

வழியனுப்புபவனின் குரல்

வேம்பூ உதிரும்
இளவேனிற் காலையின்
அடர் நாற்றம்
படர விடுகிறது,
தொடராது நின்ற நினைவை.

மயிலமரும்
வாத நாராயணன்
இளங்கிளையினசைவில்
வர்ணங்கள் வழிந்தோடும்
கீழ் மேலாய்

நினைவின் தரையில்
தானியக் கொறிப்புக்கு
அணில் பிள்ளையாகவும்
பசுங்கிள்ளையாகவும்
உருமாறும்
மஞ்ஞுணத்தி மனதில்
மஞ்சளன்ன வண்ணத்தில்
மலர்ந்த கதிராக
பேரொளியைத் தெளித்துவிட்டு
தெரியாமல் அகன்றாய்
வாழ்வின் மகரந்தம்
என்னிடம் இல்லையென.

O

தனிமை

யாருமற்ற அறையில்
யாருமற்ற இவ்விரவில்
யாருமற்று உலவுவது ஒன்றும்
அவ்வளவு சுலபம் அல்ல;
ஏதேனும் ஒரு கணத்தில்
சடசடக்கும் இலைகள்
மின்விசிறியால்
படபடக்கும் காகிதங்கள்;
சமயலறையில் பூனையோ எலியோ
உருட்டும் பாத்திரங்கள்;
அறைக்கு வெளியே
எதிர்வரப்போகும்
துர்மரணம் பற்றிய
ஞமலியின் அழுகை...
இப்படி ஏதேனும் ஒன்று
உங்களுக்கு
தைரியமூட்டலாம்.
பிறகு எளிதாகிறது,
யாருமற்ற அறையில்
யாருமற்று நடப்பது.

O

கானல்

கேட்டுக்கொண்டேயிருக்கிறீர்கள்.
குழந்தைகள் இல்லாத அந்த அறையில்
குழந்தைகளின் சிரிப்பொலியை
அழுகையொலியை
ஒரு குழந்தையின் மிரட்சியோடு.

O

காலக்கணக்கு

அழிந்த வாழ்வின்
அனைத்து நினைவுகளையும்
கலைத்து விடுகிறது, காலம்.
சற்றுமுன் போட்ட
வண்ணக்கோலத்தை
பிஞ்சுக் கால்களால் கலைக்கும்
குழந்தையைப் போல.

O

புகைப்படம்

மீண்டும் சந்திப்போமென
ஒவ்வொரு முறையும் நினைப்பதுண்டு...
எதிர்பாரா தருணமொன்றில்
புவியின் கீழ் வீழும்
நிலவொளித் ததும்பலில்
சிற்றலைகள் குதூகலிக்கும்.
கடலலைத் தாவலில்
இறகொன்றின் காற்றுத் தழுவலில்
சட்டென்று உடைபடும்
நீர்க்குமிழியின் தெறிப்பில்
நிகழ்ந்திருக்கலாம், நம்
மறு சந்திப்பு.
பதிலாக,
அதிர்வுறும் மனதுடன்
செயலிலா மயக்கத்துடன்
இப்பொழுது சந்திப்பது உனையல்ல
உன் உடைமை என நான்
ஒருபோதும் வைத்திராத
உன் புகைப்படத்தை.

○

நிகழ்வுகளின் பிடியில்...

அங்கிருந்து இங்கு வந்திருக்காவிட்டால்
தங்களைச் சந்தித்திருக்க முடியாமற்
போயிருக்குமென்றும்,
அங்கு போகாமலிருந்ததால்தான்
தங்களைச் சந்தித்திருக்க முடிந்ததென்றும்,
சாத்தியங்களை மீறிய
உறவுகளுக்குள்
பேசிக்கொள்கிறோம் நாம்!
இப்படியே
எத்தனை பேர் என்னிடமும்,
எத்தனை பேரிடம் நானும்,
சொல்லக் கூடுமோயிந்த வாழ்வில்.

O

அன்பின் நிமித்தம்

யாசகா
என்னிடமிருந்து களவாடியதை
யாருக்குக் கொடுத்திருப்பாய்
உன் செல்லப்பிராணிக்கு,
ஒரு தெருப் பிச்சைக்காரனுக்கு,
பனிபடர் காலை கோடாங்கிக்கு,
இழப்பின் வலியறிந்தே வழங்கினேன்,
என் அன்பை.
மூளைச் சாவடைந்த உடலத்திலிருந்து
ஒவ்வொரு உயிருக்காக பிரித்துக் கொடுக்கும்
உறுப்புகளைப் போல
இறந்த உறவின்
ஒவ்வொரு பலவீனத்தையும்
உன் பலம் கொண்டு
நிரப்புகிறாய்.
புத்துயிர்ப்புறும் உறவின்
ஒவ்வொரு பிரிவிலும்
நிறைந்து கிடக்கிறது
நிரப்பமுடியா வெற்றிடம்.

௦

இரவுக்குள் பதுங்கும் காதல்

இருள் விலகாத பனி உதிரும்
மார்கழியின் ஏழாவது நாளில்
உனது வீட்டை நோக்கிய பயணத்தில்
அதிகாலை முழு நிலவு ஒளியில்
நீர் ஓடிய வாய்க்கால் அருகே நின்று
முன் நெற்றியிலிட்ட முத்தத்தை மட்டும்
பொய்யென்றாய்,
பிற அனைத்தையும் மெய்யென்றாய்.

பகலிரவு போல
எனது காதலைப் போல
எத்தனைக் காதல்களை
நிராகரித்தாய்.

செல்லும் பாதையெங்கும்
உன்னால் கைவிடப்பட்டவர்கள்
உணவருந்தும் விடுதிகளிலும்,
மதுக்கூடங்களிலும்,
உன்னுடனான காதலைப் பற்றி
முகத்துவாரக் கடல் நீரைப் பருகுவது போல
பரிமாறிக் கொண்டனர்.

என்னைப்போல் இன்னும் எத்தனையோ பேர்
இன்னும் காதலை இழக்க நேரிடும் என
வோட்காவை தாக சாந்திக்கென பருகும் பெண்
சொல்லிப் போனாள்.

உனது வீடு கடந்து
நீளும் நதியையும் தாண்டி
தென்படும் வெற்று மணலில்
காற்றலையைப் போல
காத்திருக்கிறது உன்னுடனான இன்னுமொரு காதல்.

(ஃப்யோதர் தஸ்தயாயெவ்ஸ்கிக்கு.)

O

பிரேத விசாரணை

நேற்று முன்தினம்
தூக்குப் போட்டுக் கொண்டதாக
முதல் தகவலறிக்கையை
கொண்டு வந்தனர்.
இரவு கலவிக்குப் பிறகான
பிணக்கொன்றின் காரணமாக இருக்கலாம்,
என்ற காரணத்துடன்.

பிரேத விசாரணைக்காக பிணவறைக் கிடங்கில்
கிடந்தவள்
மாங்கல்யமணிந்த மறுநாளே மரணத்தை
நாடத் தொடங்கி விட்டதாக எழுதிய
தற்கொலைக் குறிப்பொன்று கிடைத்ததாக
தகவலேதும் இல்லை.

நீண்டு வளைந்திருந்த கழுத்தில்
கயிறோ துணியோ
வல இடமாக வரியோடியிருந்தது
மேல் நோக்கி மூடிய விழிகளுடன்
சட்டுவமாகி முகமெங்கும்
நீலப்பறகளுடன் சிரித்தவள்

தொடைகளுடன் உள்ளிழுக்கப்பட்ட குறியுடன்
தனக்குள் குறுகிக் கொண்டிருக்க
மடக்கவியலா விறைப்புடன்
கரங்களும் கால்களும்
கீழ்நோக்கிய வயிறுடனும் முறுக்கிய உடலுடனும்
நவத்துவாரங்களிலும் முனகிய குரலுடனும்
அவள் வாழ்ந்த காலத்தின் வாசனையை
நிரப்பியிருந்தது காற்று.
உறங்கும் பிணத்தின்
உறங்கா விழிகளின்
இமைகளை சிரமமின்றி திறந்தேன்
"நான் தூக்குப் போட்டுக் கொள்ளவில்லை" என்றாள்.

உறக்கம் 2

பரந்த கட்டில் மெத்தையில்
காலம் மறந்து ஆயாசமாய்
அயர்ந்து உறங்கும் தனிச் சிறுமலர்.

குப்பைத் தொட்டியில் கிடைத்திருக்கலாம்;
கட்டணக் கழிவறையில் கிடைத்திருக்கலாம்;
வளர்க்க வக்கில்லாதோர் கைவிட்டிருக்கலாம்;
விபத்தோ நோயோ கொலையோ
ஈன்றோரைக் கொண்டு போயிருக்கலாம்;
குமிழொத்த விழிகளோடு
மொட்டவிழாப் புன்னகையோடு
அனாதை விடுதியில் அயர்ந்துறங்கும்
இச்சிறு மகனை எழுப்ப வேண்டாம்.

தாக சாந்தி

முன்பனிக் காலத்தின்
பின்னிரவின் போது
எங்கோ ஓர் இடுக்கிலிருந்து இரையும்
சுவர்க்கோழி போல,
இம்சிக்கிறது உன் நினைவு.

கொத்திக் கொத்திப் பூச்சியுண்ணும்
மரங்கொத்தியைப் போலென்
மனங்கொத்தித் திண்ணும்
காதற் பறவையாய் நீ.

நீ கிளறிய இரத்தப் பள்ளங்களில்
நீந்திக் களிக்கின்றன,
நீயுதிர்த்த கொடுஞ்சொற்கள்.

பசேலெனப் பூத்திருந்த
மனப்பிரபஞ்ச வெளியில்
முழுவதுமாய் அமில மழையைப்
பொழிந்து விட்டுப் போயிருக்கிறாய்.
இத்தனைக்குப் பிறகும்கூட
ஏனோ தெரியவில்லை!
பிறந்ததும் இமை திறவாமலேயே
தாயின் முலைக்காம்பைப் பற்றிக் கவ்வும்
பச்சிளம் சிசுவைப் போல்
உன் நினைவுக் காம்புகளில்தான் இன்னமும்
உயிர் பருகிக் கொண்டிருக்கிறேன்.

○

எதிர்பார்ப்பு

விடிந்தவுடன் முடிந்து விடுகிறது இந்த நாள்
எதிர்வரும் நாள்களைப் பற்றிய
எண்ணங்களில் இந்த நாளை
தொலைக்க விருப்பமில்லை.
எண்ணற்ற மகிழ்வை துயரை அன்பை வெறுப்பை
கொண்டுவரும் அதிசய நாள்கள்
கடந்து போகின்றன ஒரு டொர்னேடோ போல
காத்திருக்கிறேன்.
எனை ஒருபோதும்
கடந்துபோக முடியாத
அந்த ஒரே நாளுக்காக.

O

உள்நோக்கம்

புரியாததில் தொடங்கி,
புரிந்ததில் முடியாத
உறவுகளுக்காய் செலவழியும் செலவு
கழியாத இரவின் நினைவுடன்
கழிகிறது காலம்.
தரை தொடும் நோக்கில் வீழும்
நிலவொளிக் கீற்று
சில இலைகளுடன் நின்று போகும்.
உயிரின்
அடியாழம் தொட்டு
சபிக்கும் பார்வைகளின் உள் நோக்கம்
எதுவென்று புரிய
திறந்து கிடக்கிற உள்ளங்கைகளுக்குள்
மறைந்தே கிடக்கின்றன நம்
பயண நோக்குகள்.

O

ஞானக்குளம்

இடைவெளியேயின்றி நெருக்கமாய்
செந்தாமரைகளைப் பிரசவித்த குளம்
சலனத்தைத் தவிர்க்கிறது.
வண்டுகள் திரியும் மலர்கள்,
பாம்புகள் நழுவும் இலைகள்,
தாமரை விளைவின்
பாதரச முத்துகள்,
இப்படியாக
எல்லோருக்கும் பிடித்த மலர்கள்
கரையோரம் இருப்பதில்லை.
குள மையத்தில்
யாராலும் பறிக்கப்படாமலேயே
இதழுரித்து நின்றாடும் அவை
சுயநலம் பொருட்டு
உள்ளிறங்கிப் பறிக்க
எத்தனித்த கணம்
பின்னுகொடிகளும் பாசிகளும்
முன்னேறவோ திரும்பவோ இயலாது
உறைகிறது 'குளம்'
அதனுள் மலர்கள் மட்டும் இல்லையென.

O

நடைபயிலுவோர் சங்கம்

கொன்றை மரங்கள் அடர்ந்த
பூங்காவில்
வேனிற்கால காலையை மருந்தென
பாவித்துக் கொண்டவர்கள்
பால் வயது பேதமின்றி
நீள்வட்டப்
நடைபாதையை
வேக் வேகமாக மூச்சிரைக்க
அளந்து கொண்டிருந்தார்கள்.
ஒரு குப்பைப் பூச்சியைப் போல
தன்னுடலைச் சுற்றிலும்
அழுக்குக் கந்தல் துணிகளை
போர்வையாக்கிக் கொண்டவனோ
உடைந்த சிமெண்ட் பலகையிலிருந்து
அவர்களுக்கு
அனுதாபத்தைப் பரிசளித்துக் கொண்டிருந்தான்.

தெரிந்ததும் தெரியாததும்

எந்த அளவு தெரியும்
என்பது தெரியுமா.
எந்த அளவு தெரியாது
என்பது தெரியுமா.
இந்த அளவுக்கு தெரியுமென்பதை
தெரியாதது போலவே,
இந்த அளவுக்கு தெரியாது என்பதும்
தெரிந்திருக்கிறது.
இப்போது சொல்லுங்கள்
தெரிந்ததையும்,
தெரியாததையும்.

◐

விருந்து

வராதவர்
வந்திருக்கிறீர்கள்
அருந்துவதற்கு மது.
பழக்கமில்லை.
எனக்கும்தான்.
என்ன செய்ய
இங்கு நல்ல நீர்
கிடைப்பதில்லை.

O

பூஜ்ய வெளி

சற்றுமுன் எடுத்த புகைப்படம்தான்.
இப்போது நீங்கள் பார்த்துக் கொண்டிருப்பது
என்னைப் பற்றிய தகவல்களை அறிய
இப்புகைப்படம் ஒன்றே போதும்.
இருப்பினும் கேட்கிறீர்கள்.
மின்னஞ்சல் முகவரியை,
இடுகையிட்ட கடவுச்சொல்லை,
ஒப்புகையிட்ட பத்திகளில் என்ன
சொல்லப்பட்டிருக்கும் என்ற
அக்கறை ஏதுமில்லை எனக்கு.
நீங்கள் தெரிந்து கொண்டு பயனடையும் அளவுக்கு
முக்கிய நபருமல்ல நான்.
ஆடையணிந்த அந்தப் புகைப்படத்தின்மீது
உங்களுக்கேனிந்த அளவில் மீறிய அவா.
என் இரசிப்பின் எல்லையை,
என் வெறுப்பின் வரம்பை,
என் விருப்பின் விஸ்தீரணத்தை,
என் வர்ணங்களை,
வசந்த காலங்களை,
ஊடிப்பிரிந்த காலங்களை,
என்னை விடவும் நீங்கள்தான்
நினைவில் மீட்டு உணர்த்துகிறீர்கள்,
ஆண்டுக்கொரு முறை.

உங்களிடம் என்னைப் பதிவிட்ட பிறகு
வரும் விருப்பக்குறிகள் பற்றிய
மகிழ்ச்சியைவிட,
மாய உலகின் பூஜ்ய வெளியில்
எங்கோ இருந்துகொண்டு
ஒரே சொடுக்கில் என்
ஒட்டுமொத்த நிர்வாணத்தையும்
இரசித்தபடி உலவும்
அவனைத்தான் கவலையுறுகிறேன்.
அவ்வளவுதான் எனதந்தரங்கம் என.

ஏக்கம்

கரடி மலையின்
கண்காணிப்பு மண்டபத்தின்
இடிந்த சுவர்களுக்குள் புகுந்த காற்றாக
கூவல் செய்வது நீதானா.

மலையரளியின் வெண்மையுடுத்தி
மேற்கு கிழக்காக நெளியும்
தென்பெண்ணையின்
தர்ப்பைகளில் விளையாடும்
பாம்புக் குட்டிகளைப் பரிசளிக்க வருகிறேன்.

சூரப்பழங்களைக் கண்களாகக் கொண்ட
உனது உன்னிப் பூக்களையொத்த
உதடுகளில் ஒட்டிக்கொண்டிருக்கும்
சோளக்கதிர் மகரந்தம்
நினைவுறுத்துவது
முதல் முத்தத்தையா
முதல் மறுப்பையா.

தேன்சிட்டுகள் ரீங்கரிக்கும் காட்டில்
கூடலின் நிமித்தங்களை தவற விட்டபடி
பின்தொடர்வது
நிராசையா.

கற்களைத் தழுவியோடும்
தென்பெண்ணையில்
தூரத்து முழங்கு மணியோசையில்
ஈரிளங் குருத்தென
வளர்ந்து நிற்கும்
என் பிரியத்தை அறியாதவனே.
நதியெங்கும்
பொங்கி நிற்கிறேன்
மலையிறங்கி வா.

O

கர்ப்பமுடம் கலைந்த மேகம்

பெருங்குடமொன்றினுள் சுழலும் வளி
பெரும்பூதமென வடிவெடுக்கும்
ஆவிகுளிர் உறைநீர்
ஆழிபுகு மறைநீர்
தகிக்கும் நிலந் தன்மேல்
ஆலங்கட்டியெனக் கரையும்
வழியறிந்த தடங்களைத் தேடித்தேடி
அழிவிலாத பாதைகளில்
மூட்டத்தின்
இருள் விலக்கி ஓடும்
வனக்குதிரையின் குளம்பொலியென
பரவும்
வறண்ட வெடிப்புற்ற வயல்களிலெல்லாம்
முளைத்தெழும் பல்லுயிர்ப் பெருக்கத்திற்கென
தன் பனிக்குடம் உடைத்து
ஈரம் கசித்து
நீராகப் பெருகி ஓடும்.
நீங்கள் அதில்
காகிதக் கப்பல்களை விட
காத்திருக்கலாம்.
அல்லது,
கால் நனைத்து
கலந்திருக்கலாம்
நீராக.

கண்ணாடி

மணல் மற்றும் நட்சத்திர வெளிச்சங்களால்
உருவான கண்ணாடியை
உன் வீட்டு ஜன்னல் காட்டிக்கொண்டிருக்கிறது.
ஆயிரமாயிரம் ஆண்டுகளின்
வெப்பத்தால் இறுகிய
இந்தக் கண்ணாடி சாரம் போனதல்ல,
ரசம் அழிந்ததல்ல,
பளபளப்பானது;
வழுவழுப்பானது;
அச்சுப்பிசகாமல்
அப்படியே வலஇட மாற்றமின்றி
பிரதிபலிக்கவல்லது;
சொற்களின்பால் காதல் கொண்டமையால்
இதமான சொற்களை ஏற்கவல்லது;
கடுஞ்சொற்களை
எழும் விரிசலால் விலக்கவல்லது;
எளிய அன்பினால்
இளகவல்ல இதனைப்
பார்த்துப் பயன்படுத்து.
எளிதில் நொறுங்கும்
எளிதில் உடையும்
பார்த்துப் பழகு!
எளிதில் கீறிவிடும் அபாயமுண்டு;
எளிதில் குருதி சுவைக்கும் சுபாவமும் உண்டு;
உன் வீட்டிலிருப்பதைப் போலவே,
என் வீட்டிலும்
கண்ணாடிகள் கண்ணாடிகள் கண்ணாடிகள்.

o

வம்சம்

சரியாக நாற்பத்து ஏழாம் நாள்
கருமுட்டையை
வேண்டாமென்று முடிவடுத்தோம்.
நழுவிச் செல்லும் கூழ்மத்தைப் போல்
கால்கள் அகட்டி நின்ற நிலையில்
கழிவறைப் பலகையில்
சிசினமாக தவழ்ந்து
செங்குழம்பாக நீந்திய
திருஉருவை நீ காண
அஞ்சினாய்.
அபயக்குரல் கேட்டு
ஓடிவந்த நான்
அஞ்சும் உனக்கு
ஆறுதலளிப்பேனா.
கருவறை நீங்கி
கழிவறை வழியே பாழாகிச்
செல்லும் வம்ச அழிவையெண்ணி
கலங்கி நிற்பேனா.

O

குரூர மலர்கள்

நலிவுறும் எனது தேகத்தில்
உன் விரல்கள் மீட்டிடும்
பின்னணி இசையினால் சிறிது
தெளிவுறலாம் என்னிருப்பு.

வெறுமைகளோடு நிரம்பி வழியும்
துயரக் கோப்பையில்
கொட்டிய ஊடலின் தழும்புகளை
கிளறிக் கிளறி
வேட்கையுடன்
வெறிகொண்டலையும்
ரோகமுற்ற நாயாய்
கீழ்மையுற்ற உன் பிரதிகள்
பரிசளிக்கின்றனவன் கனவுகளை.

தொடுகையின் சுகமளித்த
சுவாசத் திணறல்களை
விலகலின் வலியால்
நிவர்த்திக்க இயலவில்லை.

குழைந்து ரௌத்திரமாகும்
பிரிவின் சுகமும்,
இழப்பின் வலியும்.
கால விபத்தின் வகைகளாய்
மாறிவிட்ட இப்போதைய
இக்கணத்தில்
என் சுயம் சாம்பலாகக்கூட
கிடைத்தலரிது.

பெருங்கேவலோடு அழுகிற
மனசின் வீர்யங்களை
தாய்மையின் பரிபூரணத்தில்
பதுக்கிய ஸ்வப்னங்களை
மௌனங்களோடு உலவ விடுகிறேன்.
எனது கட்புலனாகா
பால்யத்தின் ஊற்றுக்கண்ணை
உனது பனிக்குட திரவத்தில்
நனைத்தெடுத்துப் பதித்திருக்கிறேன்,
நெற்றிக் கண்ணாக.

என்னுள் பிதுங்கி வீழும்
துயரப் பருக்களின்
முளைகளை முட்களாக்கிய
உன் சாமர்த்தியங்கள் அழகாய்ப்
பிடுங்கியெறிந்த தாமரைக் கொடியொன்றில்
குரூர புஷ்பங்களாய் மலர்கின்றன.
O

ஆகவே நானும்

இருள்வெளிகளில்
கைகளைத் துழாவும்
மரங்களை அறிய
மினுக்கெட்டாம் பூச்சிகள் போதும்.
திசை திருப்பப்படும்
வழிதவறல்களின்
வழிகாட்டியாக
திசைகாட்டிகள் அவசியம்.
பொருள்வயின்
வாழ்விதனில் பொருளற்றுப்
போதல் சூன்யம்
அடையாளங்கள்
அலங்கரிப்பைத் தரவல்லதெனில்,
அடைவது தவிர வழியில்லை.
மறுப்பின்றி திறந்து கிடக்கும்
பூட்டுகளைப் பூட்ட
மீறல் சாவிகள் போதும்
இருக்கின்றன என்னிடமும்
சில சாவிகள்.

O

ஞாபகம்

பிள்ளைக் காற்று
எழும்பாதா என
ஊமைவெயிலில்
புழுங்கித் துடித்த
இமைகள் ஏங்கும்.

பாதம் சொறிந்து
கிலுகிலுப்பூட்டிய
விரல்களைத் தேடிய
விழிகளுக்குள்
நினைவற்றுப் போய்விட்ட
என்றோ எறிந்த பழவிதை
வேர்ப்பிடித்து இளந்தளிராய்
எழும்.

இருப்பினும்,
இலுப்பைப் பூக்களின்
அடர் வாசனையையும் தவிர்த்து
ஆற்றங்கரையில் எரிந்த
உன் பிரேத வாடையில்
கலக்கிறது என் இருப்பு.

ஒருநாள் கூத்து

அது அப்படியே இருக்கும்
வாள் தூக்கியபடி நிற்கிற
வீரனும்,

சிங்க மீதமர்ந்து
எவனையாவது இரக்கமற்றுக்
கொல்லும் அம்மனும்,

கட்டிக்கொள்கிற
ஆணும் பெண்ணும் வெறும்
மரப்பாச்சிகளாயிருக்க
என்றாகிலும் ஒரு நாள்!
மரத்தினாலான இடம்பெயர்
கோபுரமென்றும் கூறலாம்.

நீள இடைவெளிகளுக்குப்பின்
மாலைகள், பட்டுத்துணிகள், அணிகள்
சகிதமாக அலங்கரித்து
இழுக்க
அது அப்படி இருக்காது
பிறகு யாரும் அதனருகில்
செல்ல நீண்ட நாளாக
அது அப்படியே இருக்கும்.

O

என்னை இப்படியெல்லாம் செய்திருக்கிறாய்

என்னுள்
தூர் வாருவதற்காய் நீ
தோண்டிய ஆழத்திலிருந்து
வேறெங்கும் தப்பவியலாமல்
உனை நோக்கியே
நகர்கிறேன், சிறு
நட்சத்திரம் போல.
எனது வித்து விருட்சமாகாமல்
அழுகி அருவருப்புற்று
கிடப்பதைச் சகியாமல்
உன்னருமைத் தாமரைத்
தடாகங்களில் மறுகியபடி
பன்னீர்ப்பூக்களாய் கிடந்த நான்
பால்ய நதியின் கரையமர்ந்து
வலுத்த மழையிலும்
வெம்மையிலும்
அடர்பனி பெய்கிற
பின் ஜாமங்களிலும்
பேசியழ ஆளேதுமின்றி
தனியொருவனாய்
தகிக்கும் நினைவு வெயிலில்
புழுங்கி வெடிக்கும்
சதைத் திரட்சியாய் நெளிகிறேன்.

கடந்ததன் பிறழ்வற்று
திருப்பி அனுப்பப்பட்டும்
திசையறியாது தவித்தலைகிற
மழைத்தூறல் போன்ற
இமைகளோடு திருப்தியுறா
ஆன்ம வலியோடும்
வழமையின் முரணாய்
வெளிறி வெடிக்கிறேன்.
உறங்க மறுக்கும் விழிகளை
சுட்டுப் பொசுக்கும்
மருந்தேதும் இருப்பின்
பிரிவுக்குப் பிறகு
அனுப்பிச் செல்.
சாத்தியங்களற்ற பிரிவு பல
பின்னணிகளை உடையதாகினும்.

தாமரைபாரதியின் பிற நூல்கள்

1. உவர்மணல் சிறுநெருஞ்சி
2. காசினிக்காடு